தமிழக வண்ணார்
வரலாறும் - வழக்காறுகளும்

ஆ.சிவசுப்பிரமணியன்

நியூ செஞ்சுரி புக் ஹவுஸ் (பி) லிட்.,
41-பி, சிட்கோ இண்டஸ்டிரியல் எஸ்டேட்,
அம்பத்தூர், சென்னை - 600 050.
☎: 044 - 26251968, 26258410, 48601884

Language : Tamil
Tamizhaga Vannaar Varalaarum Vazhakkaarugalum

Author : **A. Sivasubramanian**
First Edition : December, 2014
Second Edition: November, 2019
Third Edition: September, 2023
Copyright : Author
No. of pages : x + 148 + pictures 8 = 166
Publisher :
New Century Book House Pvt. Ltd.,
41-B, SIDCO Industrial Estate,
Ambattur, Chennai - 600 050.
Tamilnadu State, India.
Email: info@ncbh.in
Online: www.ncbhpublisher.in

ISBN: 978 - 81 - 2342 - 811 - 6
Code No. A 3156
₹ 160/-

Branches

Ambattur (H.O.) 044 - 26359906 **Spenzer Plaza (Chennai)** 044-28490027
Trichy 0431-2700885 **Pudukkottai** 04322- 227773 **Thanjavur** 04362-231371
Tirunelveli 0462-4210990, 2323990 **Madurai** 0452 2344106, 4374106
Dindigul 0451-2432172 **Coimbatore** 0422-2380554 **Erode** 0424-2256667
Salem 0427-2450817 **Hosur** 04344-245726 **Krishnagiri** 04343-234387
Ooty 0423 2441743 **Vellore** 0416-2234495 **Villupuram** 04146-227800
Pondicherry 0413-2280101 **Nagercoil** 04652-234990

தமிழக வண்ணார்
வரலாறும் - வழக்காறுகளும்
ஆசிரியர்: ஆ.சிவசுப்பிரமணியன்
முதல் பதிப்பு: டிசம்பர், 2014
இரண்டாம் பதிப்பு: நவம்பர், 2019
மூன்றாம் பதிப்பு: செப்டம்பர், 2023

அச்சிட்டோர்: **பாவை பிரிண்டர்ஸ் (பி) லிட்.,**
16 (142), ஜானி ஜான் கான் சாலை, இராயப்பேட்டை, சென்னை - 14
☎: 044-28482441

All rights reserved. No part of this book may be reprinted or reproduced or utilised in any form or by any electronic, mechanical, or other means, now known or hereafter invented, including photocopying and recording, or in any information storage or retrieval system, without permission in writing from the publishers.

வண்ணார் சமூக மேம்பாட்டிற்காகத்

தொடர்ந்து போராடி வரும்

தோழர்.த.ம.பிரகாஷ், (திருவண்ணாமலை)

பணி.இ.ஜூ.அருள்வளன்,ச.ச., (செஞ்சி)

சகோதரி.அ.ஞா.அல்போன்சா, (செஞ்சி)

ஆகியோருக்கு

iv

முன்னுரை

தமிழ்நாட்டில் சுயதேவைப் பூர்த்தியுடைய கிராம சமூக அமைப்பு நிலவியபோது, அதில் குடிஊழியக்காரர்களாக இருந்த சாதியினரில் வண்ணார் சாதியினர் இடம்பெற்றிருந்தனர்.

தொழிலும் சாதியும் இறுக்கமாகப் பிணைக்கப்பட்ட பின் தொழில் என்பது பரம்பரை அடிப்படையில் அமைந்துபோனது. இவ்வகையில் துணிவெளுத்தல் என்ற தொழில் வண்ணார் என்ற சாதிக்குரியதாக ஆக்கப்பட்டது. சில வகையான, குறிப்பாக அழுக்குடன் தொடர்புடைய உடல் உழைப்பை இழிவாகக் கருதும் வைதீகச் சமயச் சிந்தனை தமிழ்நாட்டில் வலுப்பெற்றபோது மதிப்புக்குறைந்த சாதியினராக வண்ணார்கள் ஆக்கப்பட்டார்கள். கிராமப்புறங்களில் ஆதிக்கச் சாதியினரின் கட்டுப்பாட்டிற்குள் பல நூற்றாண்டுகளாக இச்சாதியினர் உழன்றுள்ளனர். நவீனக் கல்வியும், மக்களாட்சி சிந்தனையின் வளர்ச்சியும் இச்சாதியினரின் முன்னேற்றத்திற்கு ஓரளவு துணைநின்றுள்ளன. என்றாலும் மேட்டிமை சாதியினரின் ஆதிக்கத்தில் இருந்து இன்னும் இவர்கள் முழுமையாக விடுபடவில்லை.

★★★

இச்சாதியினர் குறித்து விரிவான கள ஆய்வை மேற்கொண்டு, தரவுகளைத் திரட்டி நூலொன்று எழுதத் திட்டமிட்டு செயல்படத் தொடங்கினேன். இம்முயற்சியில் ஈடுபட்டிருந்தபோது வண்ணார் சமூகத்தின், குறிப்பாக துரும்பர் என்றழைக்கப்படும் வண்ணார் சமூகப் பிரிவின் முன்னேற்றத்தில் மிகுந்த ஈடுபாடு கொண்டு,

இதற்காகவே தொடர்ந்து உழைத்துப் போராடி வரும் தோழர் த.ம.பிரகாஷ் அவர்களைச் சந்திக்க நேர்ந்தது. எளிமையான வராகவும், பழகுபவருடன் எளிதில் இணைந்துவிடக்கூடிய வருமான அவருடன் பழகியது இன்றளவும் மிகுந்த மகிழ்ச்சி யளிக்கக்கூடிய ஒன்றாக உள்ளது. இதன் பொருட்டு, திருவண்ணா மலை மாவட்டத்தின் தமிழ்நாடு கலை இலக்கியப் பெரு மன்றத்தின் செயல் வீரர்கள் தோழர்கள் அன்பு, அரசு ஆகியோருக்கு நன்றி கூறித்தான் ஆகவேண்டும்.

குறிப்பிட்ட சாதியொன்றை மையமாகக் கொண்டு நிகழும் ஆய்வு, அச்சாதியின் கடந்த காலம் - நிகழ்காலம் - எதிர்காலம் ஆகியனவற்றை மையமாகக் கொண்டே நிகழுதல் வேண்டும். இதன் அடிப்படையில், வரலாறு, மானிடவியல் சமூகவியல், நாட்டார் வழக்காறு ஆகிய அறிவுத்துறைகளின் துணை அவசிய மான ஒன்று. எழுத்தாவணங்களுடன், கள ஆய்வுத் தரவுகளும் இணையும் போதுதான் இவ்வாய்வு சிறப்பாக அமையும். இதை உள்ளத்தில் இருத்தியே வண்ணார் சமூகம் குறித்த நூலை எழுதும் முயற்சியில் ஈடுபட்டேன். இவ்வாறு வண்ணார் சமூகம் குறித்து எழுதத் திட்டமிட்டபோது, அவ்வப்போது சில கட்டுரைகளை எழுத நேர்ந்தது.

இந்நூலில் இடம்பெற்றுள்ள முதற்கட்டுரை குற்றாலம் பராசக்தி மகளிர் கல்லூரியின் தமிழ்த்துறையினர் நடத்திய கருத்தரங்கில் படிக்கப்பட்டது.

துரும்பர் என்ற இயல், கட்டுரை வடிவில் தமிழ்நாடு விவசாயிகள் சங்கம் 2010இல் சிதம்பரத்தில் நடத்திய மாநில மாநாட்டையொட்டி வெளியிட்ட மாநாட்டு மலரில் இடம் பெற்றது.

'வண்ணாரின் தொழில் நுட்பம்' என்ற இயல் தஞ்சை தமிழ்ப் பல்கலைக்கழகத்தின் நாட்டார் வழக்காற்றுத் துறை நடத்திய கருத்தரங்கில் படிக்கப்பட்டு, பேராசிரியர் இரா.சீனிவாசன் நடத்தி வரும் 'பனுவல்' ஆய்விதழில் வெளியானது.

தோழர்.மணா ஆசிரியராக இருந்தபோது 'புதிய பார்வை' இதழுக்கு எழுதிய கட்டுரையின் விரிவாக்கமே 'வண்ணார் குறித்த வாய்மொழிக் கதைகள்' என்ற இயல். திருவண்ணாமலையில் சேகரித்த செய்திகளின் அடிப்படையில் எழுதி, தாமரை இதழில் வெளியான கட்டுரையின் விரிவாக்கமே 'அண்ணாமலையாரும் வண்ணாரும்' என்ற இயல். தோழர் த.ம.பிரகாஷ் நடத்தி வரும் 'உழைப்பவர் ஆயுதம்' இதழில் வெளியான கட்டுரையே 'கதைப் பாடல்களில் வண்ணார்' என்ற இயல். பின் இணைப்பில் இடம் பெற்றுள்ள 'தமிழ்ச் சமூகத்தில் கழுதை' என்ற கட்டுரை செம்மலர் இதழில் எழுதிய கட்டுரையின் விரிவாக்கமாகும். திரைப்படத் திற்கான முன்னோட்டப் படம் (டிரையிலர்) போன்றே என் நூலுக்கான முன்னோட்டமாக இக்கட்டுரைகள் அமைந்தன.

டிரைலருடன் சில திரைப்படங்கள் முடிந்து விடுவது போல் நான் திட்டமிட்டிருந்த நூலையும் எழுதி முடிக்க முடியாத நிலை உருவாகிப் போனது. மூன்று ஆண்டுகளுக்கு முன் ஏற்பட்ட விபத்தில் வலதுகாலின் பாதம் சிதைந்து, ஒருவாறு மருத்துவர்கள் ராஜ்குமார், மாரிமுத்து ஆகியோரின் முயற்சியால் காலில் பாதம் நிலைத்திருக்கும்படி செய்யப்பட்டது. என்றாலும் என் உடல் இயக்கம் ஒரு குறிப்பிட்ட வரையறைக்குள் மட்டுமே இயங்க வேண்டிய கட்டாயத்துக்காளானது.

இத்தகைய சூழலில் கள ஆய்வென்பது 'பொய்யாய், கனவாய், பழங்கதையாய்' ஆகிப்போனது. இத்தகைய சூழலில் மதிப்பிற் குரிய மூத்த தோழர் இரா.நல்லகண்ணு, அன்பு மாணவர்கள் மு.அப்பாத்துரை, ந.முத்துமோகன், ந.சுப்புராம், தாமஸ் (திண்டுக்கல்), ஜெயவீரதேவன் ஆகியோரும் அன்புதம்பி நா.இராமச்சந்திரன், ஆய்வாளர்கள் ரெங்கையா முருகன், ஆ.இரா.வேங்கடாசலபதி, ரகுஅந்தோனி, தோழர்.நாகராஜன், கலைஞர்.கைலாசமூர்த்தி ஆகியோரும், அளித்துவரும் உற்சாகம் தூண்டுதல் - உதவிகள் ஆகியன, அறைக்குள் முடங்கிப் போன நிலையிலும் தொடர்ந்து ஆய்வுப்பணியை மேற்கொள்ளும் உத்வேகத்தை அளித்து வருகின்றன.

பெரிய அளவிலான நூலாக உருவாக வேண்டிய ஒன்று, குடுகுடுப்பைக்காரரின் சட்டை போன்று, கட்டுரைகளின்

தொகுப்பாகவேனும் இப்போது வெளிவருவதற்கு மேற்கூறிய தோழமை உறவுகளே காரணம். இவர்களைச் சிக்கெனப் பிடித்து கொண்டுதான் என் எழுத்துப்பணி தொடர்கிறது.

இக்கட்டுரைகள் நூல்வடிவம் பெறுவதில் நியூ செஞ்சுரி புத்தக நிறுவனத்தின் பொது மேலாளரும், அன்பிற்கும், மரியாதைக்கும் உரிய தோழருமான தி.இரத்தினசபாபதியின் பங்களிப்பு மிகவும் முக்கியமான ஒன்று. இந்நூல் வெளிவர அவரது தூண்டுதலும் ஒரு முக்கியக் காரணம். இந்நூல் உருவாக்கத்தில் ஆர்வத்துடன் துணைநின்ற கவிஞர் சண்முகம் சரவணன், (செயலாளர், நியூ செஞ்சுரி புத்தக நிறுவனம்) தோழர் மணிகண்டன் ஆகியோருக்கும் என் நன்றி உரியது.

நூலின் கணினியாக்கத்தில் துணைநின்ற திருமதி.விஜி, திரு.காமராசன், தோழியர் சரிதா, திரு.ஜெய்சிங் ஆகியோருக்கு என் நன்றி.

ஆ.சிவசுப்பிரமணியன்

அலைபேசி: 9442053606

பொருளடக்கம்

1) வண்ணார் வாழ்வும் வரலாறும் — 1
2) துரும்பர் — 15
3) வண்ணார் தொழில்நுட்பம் — 27
4) வாழ்க்கை வட்டச் சடங்குகளும் வண்ணாரும் — 42
5) வண்ணார் குறித்த வாய்மொழிக் கதைகள் — 50
6) அண்ணாமலையாரும் வண்ணாரும் — 61
7) கதைப்பாடல்களில் வண்ணார் — 67
8) தெய்வமாக்கப்பட்ட வண்ணார்கள் — 87
9) வண்ணார் சமூகத்தின் எதிர்காலம் — 95

பின் இணைப்பு

    i) வண்ணார் குறிபோடுதல் — 104
    ii) தமிழ்ச் சமூகத்தில் கழுதை — 106
    iii) வண்ணார் பாட்டு — 124
    iv) காஞ்சிபுரம் சலவைத்தொழிலாளர் சங்கத்தினர் சட்டநாதன் தலைமையிலான பிற்பட்டோர் நலக் குழுவிடம் அளித்த மனுவின் ஒரு பகுதி — 131
    v) சட்டநாதன் ஆணைய அறிக்கை — 135
    vi) வண்ணார் குறித்த புள்ளி விவரங்கள் (சட்டநாதன் ஆணைய அறிக்கைப்படி - 1970) — 141
    vii) வண்ணார் குறித்த புள்ளி விவரங்கள் (அம்பாசங்கர் குழு 1985 அறிக்கைப்படி) — 143

துணை நூற்பட்டியல் — 145

புகைப்படங்கள் — 149

1

வண்ணார்: வாழ்வும் வரலாறும்

நாட்டார் வழக்காறுகளை *(1)* வாய்மொழி இலக்கியம் *(2)* நாட்டார் சமூகப் பழக்க வழக்கங்கள் *(3)* பொருள் சார் பண்பாடு *(4)* நாட்டார் நிகழ்த்துக் கலைகள் என நான்கு வகைமைகளாகப் பகுப்பர். இவற்றுள் மூன்றாவது வகைமையான பொருள்சார் பண்பாடு என்ற தலைப்பினுள் நாட்டார் தொழில்கள் அடங்கும். நாட்டார் தொழில்களை

(i) சேகரிப்புச் சார்ந்தவை - வேட்டையாடுதல், மீன்பிடித்தல்
(ii) கால்நடை வளர்ப்பு - ஆடு, மாடு வளர்த்தல்
(iii) உற்பத்தி சார்ந்தவை - வேளாண்மை, நெசவு, மட்பாண்டம் செய்தல், கொல்லுத்தொழில், தச்சுத்தொழில்
(iv) குடி ஊழிய முறை - வெட்டிமைத் தொழில், சலவைத் தொழில், மருத்துவம், ஊர்க்காவல்

என நான்காகப் பகுக்கலாம். இறுதியாக கூறப்பட்ட குடி ஊழிய முறை குறித்து, தங்களுக்குத் தெரிந்த

தொழிலை மற்றவருக்கு ஊழியமாகச் செய்து கொள்ளும், பரிமாற்றத் தொழில் உறவே குடி ஊழிய முறை (Jaimani System) என்று பக்தவத்சல பாரதி *(1999:474-475)* கூறுகிறார்.

இத்தகைய குடி ஊழிய முறையில் நீண்ட காலமாக வண்ணார், நாவிதர், வெட்டியான் ஆகியோர் தமிழ்நாட்டுக் கிராமங்களில் ஊழியம் செய்து வந்துள்ளனர். சமூக வளர்ச்சி மற்றும் மாறுதல்களின் விளைவாக இம்முறை பெரும்பாலும் மறைந்துவிட்டாலும் தமிழ்நாட்டின் குக்கிராமங்கள் சிலவற்றில் இன்றும் வழக்கில் உள்ளது. சில கிராமங்களில் மங்கல, அமங்கலச் சடங்குகளில் மட்டும் இவர்களது பங்களிப்பு உள்ளது.

வண்ணார் தொழிலின் தொன்மை

சங்க இலக்கியமான கலித்தொகையில் *(72:14)* புலத்தி என வண்ணார் தொழில் செய்யும் பெண் குறிப்பிடப்படுகிறாள். வண்ணார் உவர் மண் சேகரித்தல் சங்க இலக்கியங்களில் குறிப்பிடப்படுகின்றது. ஏகாலியர், தூசர், ஈரங்கொல்லியார் (ஈரங்கோலியர்), காழியர் என்பன வண்ணாருக்கு வழங்கும் வேறு பெயர்கள் என்று திவாகரம் *(நூற்பா 204, 206)* குறிப்பிடுகிறது. கி.பி.ஒன்பதாம் நூற்றாண்டுக் கல்வெட்டு *(849)* 'வண்ணார்' என்றும், 10ஆம் நூற்றாண்டுக் கல்வெட்டு *(905)* 'வண்ணத்தார்' என்றும் வண்ணார்களைக் குறிப்பிட்டுள்ளது *(சுப்பராயலு, 2002:534)*.

வண்ணார் குடியிருப்பு ''வண்ணாரச் சேரி'' என்று கி.பி.9ஆம் நூற்றாண்டுக் கல்வெட்டில் குறிப்பிடப்படுகிறது *(மேலது)*. வண்ணார்களின் தொழில்முறை மற்றும் வாழ்க்கை குறித்த செய்திகளைக் கூறாவிட்டாலும் வண்ணார்களின் மீது விதிக்கப் பட்ட சில வரிகளைக் கல்வெட்டுக்கள் குறிப்பிடுகின்றன. வண்ணார் மீது விதிக்கப்பட்ட வரி **'வண்ணார் காணம்', 'வண்ணாரப்பாட்டம்', 'வண்ணார் கற்காசு', 'வண்ணார் வரி', 'வண்ணார் பாறை' என்ற பெயர்களில் வழங்கி வந்துள்ளது. 'வண்ணாரச் சேரி', 'வண்ணாரப் பாறையிடு', 'வண்ணக்கன்', 'வண்ணான் செய், வண்ணாக்கல்'** என்ற பெயர்களில் வண்ணாரையும் அவர் தொழிலையும் கல்வெட்டுக்கள் குறிப்பிடுகின்றன.

வண்ணாரின் பணிக்காக மானியமாக வழங்கப்பட்ட நிலம் 'வண்ணார் விருத்தி' என்றழைக்கப்பட்டது *(சீதாராம் குருமூர்த்தி 2008:125)*.

பல்லவர் காலம் தொடங்கி பிரம்மதேயம் என்ற பெயரில் நிலக்கொடைகளைப் பிராமணர்களுக்குத் தமிழ் மன்னர்கள் வழங்கி வந்துள்ளனர். நிலக்கொடையானது பல கிராமங்களை உள்ளடக்கிய ஒன்றாகவே இருந்துள்ளது. இதுதொடர்பாக சி.கோவிந்தராசன் (1984:16)

'பிரம்மதேயம் என்பது பிராமணர்க்கு நிலம் வழங்குவதோடு நிறைவு பெறுவதில்லை. அத்தேயத்தார்க்குரிய சமுதாயத் தொழிலாளர்களாகிய நாவிதர், கணக்கர், குயவர், வண்ணார் ஆகியோருக்கும் கிராம ஊழியர்களுக்கும் உரிய இறையிலி நிலங்களைக் கொடுத்துத் தொழும்பாற்றல் படுத்தலையும் உட்கொண்டிருக்கும்'

என்று தாம் பதிப்பித்த கரந்தைச் செப்பேட்டுத் தொகுதியின் முன்னுரையில் குறிப்பிட்டுள்ளார். ஆனால் அவர் பதிப்பித்த கரந்தைச் செப்பேட்டில் இறையிலி நிலம் பெற்றோர் வரிசையில் வண்ணார் இடம்பெறவில்லை. அவர் குறிப்பிடாத கொல்லர் இடம்பெற்றுள்ளார். ஒரு பொதுவிதியாக அவரது கூற்றைக் கருத முடியாது என்பது இதனால் புலனாகிறது.

பிரம்மதேயக் கொடையைக் குறிப்பிடும் திருவிந்தளூர்ச் செப்பேடு 1053ஆம் ஆண்டில் எழுதப்பட்ட சோழர் செப்பேடாகும். இச்செப்பேட்டில் கிராமப் பணியாளர் சிலருக்கு அக்கிராமத்தின் விளைநிலங்களில் உரிமையான பங்கு எவ்வளவு என்பது குறிப்பிடப்பட்டுள்ளது. சில பணியாளர்களுக்கு நிலப்பங்கு குறிப்பிடப்படவில்லை. ஆனால் அவர்களது பணியும், பெயரும் குறிப்பிடப்பட்டுள்ளன. இதுதொடர்பாக இச்செப்பேட்டின் பதிப்பாசிரியர்கள்,

இவர்களுக்கு நிலப்பங்கு கொடுக்கப்படவில்லை. பணி செய்து ஊதியம் பெற்றுக் கொள்ளுதல் வேண்டும் என்று ஊகிக்கலாம்

என்று விளக்கமளித்துள்ளனர் (ஸ்ரீதர் 2011:135). இது ஏற்றுக் கொள்ளக் கூடியதே.

நிலப்பங்கு பெறாதோர் வரிசையில் தச்சர், கொல்லர், தட்டார், கன்னார் ஆகியோருடன் வண்ணார்கள் மூவரின் பெயர்களும்

வண்ணாரின் உட்பிரிவுகளில் ஒன்றான ஈரங்கொல்லியார் எழுவரின் பெயர்களும் ஊர்ப்பெயருடன் இச்செப்பேட்டில் இடம்பெற்றுள்ளன. சான்றாகப் பின்வரும் இரண்டு பெயர்களைக் குறிப்பிடலாம்.

> இராஜாதி ராஜ வளநாட்டுத் திருவிந்தளூர் நாட்டு உத்தம சோழ சதுர்வேதி மங்கலத்து ஈரங்கொல்லி வெங்காடன் திருவேங்கடம் (மேலது:133)

> மேற்படி நாட்டு எருமல் வண்ணான் இரணன் நீலகண்டன் (மேலது:136)

நிலப்பங்கு பெறாமல் தாம் செய்த தொழிலுக்கு ஊதியம் பெற்று வாழும் கைவினைஞர்கள் நெசவாளர்கள் போன்றே வண்ணார்களும் ஊதியம் பெற்று வாழ்ந்துள்ளனர். வண்ணார் மீது விதிக்கப்பட்ட 'வண்ணாரப்பாறை' 'வண்ணார்கற்காசு' 'வண்ணாரக்காணம்' போன்ற வரிகள் இம்முடிவுக்கு வலுவூட்டுகின்றன. குடி ஊழியர்களாக இன்றி தொழிலாளிகளாக வண்ணார்கள் விளங்கியதாலேயே மேற்கூறிய தொழில்வரிகள் இவர்கள் மீது விதிக்கப்பட்டிருந்தன.

குடிஊழியக்காரர்களாக இவர்கள் பின்னரே மாற்றப்பட்டுள்ளனர். இது எப்போது நிகழ்ந்தது என்பது ஆய்வுக்குரிய ஒன்று.

வண்ணார்கள் நிலவுடைமையாளர்களாக இருந்ததுடன் நிலக்கொடை வழங்கும் அளவுக்கு உபரிநிலம் உடையவர்களாகவும் விளங்கியுள்ளனர். திருத்துறைப்பூண்டி வட்டம், வடகாடு கோயிலூர் மந்திரபுரீஸ்வரர் கோவிலில் உள்ள 12 அல்லது 13ஆம் நூற்றாண்டைச் சார்ந்ததாகக் கருதப்படும் கல்வெட்டொன்றுள்ளது. இக்கோவிலுக்கு பள்ளர், பறையருடன் வண்ணாரும் நிலக்கொடை வழங்கியுள்ளனர் என இக்கல்வெட்டு குறிப்பிடுகிறது (நாகசாமி, 1978, திருத்துறைப்பூண்டிக் கல்வெட்டு க.எ:206).

புதுக்கோட்டை மாவட்ட குன்னாண்டார் கோவிலில் உள்ள 1800ஆம் ஆண்டு கல்வெட்டொன்று அக்கோவிலுக்கு வண்ணார் செய்த கொடையை,

'பூச்சிக்குடி வண்ணான் சங்காத அரு
ளன் நாற்பத்தெண்ணா இரப்பெருவ
ண்ணானும் இவன் வண்ணாத்தியும் தன்மம்'

என்று குறிப்பிடுகிறது (I.P.S.1098).

விழுப்புரம் மாவட்டம் எண்ணாயிரம் கிராமத்தின் அருகிலுள்ள பேரணி ஊரில் செல்லியம்மன் கோயில் என்ற கோவில் உள்ளது. இக்கோவிலின் முன்மண்டபக் கூரையில் கி.பி.12 அல்லது 13வது நூற்றாண்டைச் சார்ந்தது என்று கருதும் வகையில் கல்வெட்டொன்றுள்ளது.

பெரியனை ஊரைச் சேர்ந்த 'வண்ணான் உதயன் என்ற சித்திரமேழி' என்பவர் இக்கோவிலுக்குத் திருப்பரிகலம் (வழி பாட்டில் பயன்படுத்தப்படும் உலோகப்பாத்திரங்கள்), தூபமணி (பூசையின்போது ஒலி ஒலிக்கப் பயன்படுத்தும் கைமணி) ஆகியனவற்றை வழங்கியதை இக்கல்வெட்டு குறிப்பிடுகிறது (இராசகோபால் 2008:29).

இக்கல்வெட்டில் உதயன் என்ற வண்ணாரின் பெயரை அடுத்து இடம்பெறும் **சித்திரமேழி** என்ற சொல் உழவுக் கலப் பையையும், உழவரையும் குறிக்கும் சொல்லாகக் கல்வெட்டுக் களில் இடம்பெறுகிறது. எனவே இக்கொடையை வழங்கிய வண்ணார் உழுதொழில் மேற்கொண்டவராக இருந்திருத்தல் வேண்டும். வண்ணார்களில் ஒரு பகுதியினர் நிலவுடைமையாளர் களாக விளங்கி வேளாண்மைத் தொழில் மேற்கொண்டு வாழ்ந் துள்ளனர். இக்கல்வெட்டில் குறிப்பிடப்படும் உதயன் என்ற வண்ணாரின் பெயருக்குப்பின் இடம்பெற்றுள்ள **'சித்திரமேழி'** என்ற சொல் இம்முடிவுக்கு வரத் துணைபுரிகிறது. வண்ணான் செய் (செய்-நிலம்) என்று கல்வெட்டுக்களில் இடம்பெறும் சொல்லும் இக்கருத்துக்கு துணை நிற்கிறது.

கன்னியாகுமரி மாவட்டம் ஆரல்வாய்மொழியில் வண்ணார் ஒருவர் மேற்கொண்ட கோவில் திருப்பணி குறித்த செய்தி யொன்று அம்மாவட்டத்தின் தொல்லியல் கையேட்டில் (சீதாராம் குருமூர்த்தி 2008:41) பின்வருமாறு இடம்பெற்றுள்ளது;

இங்குள்ள ஆலம்பட்டு முத்தாலம்மன் கோயிலில் கி.பி.1821ஆம் ஆண்டுக் கல்வெட்டு வண்ணான் நல்லமிடன் ஒளிமுத்து என்பான் அக்கோயில் தெற்கு பக்கச் சுவரில் 71 வரிசையும் மணிமண்டபத்தின் தளவரிசையும் பீடக்கல்லும் அமைத்ததைக் குறிக்கிறது.

வண்ணார் சமூகத்திலும் வளம்படைத்தோர் இருந்ததையும், அவர்கள் கொடையுள்ளம் கொண்டோராக விளங்கியதையும் மேற்கூறிய செய்திகள் வாயிலாக அறிய முடிகிறது.

சேக்கிழார் எழுதிய பெரியபுராணம் எனும் திருத்தொண்டர் புராணத்தில் இடம்பெற்றுள்ள நாயன்மார்களில் வண்ணார் ஒருவரும் இடம்பெற்றுள்ளார். அவரைக் குறித்து அந்நூலில் பின்வரும் செய்தி இடம்பெற்றுள்ளது.

காஞ்சிபுரம் நகரில் ஏகாலியர் குலத்தில் பிறந்த ஒருவர் சிவனடியார்களுடைய திருக்குறிப்பினையறிந்து அவர்களுக்குப் பணிபுரியும் செயலினால் திருக்குறிப்புத் தொண்டர் எனப் பெயர் பெற்றிருந்தார். இவருடைய சிறப்பினை உலகினுக்கு அறிவிக்க விரும்பிய சிவன் அழுக்கடைந்த கந்தலாடையுடன் சிவனடியார் வேடத்தில் இவரிடம் வந்தார்.

அவரைக் கண்ட இவர் 'நீர் அணிந்துள்ள கந்தையைத் தந்தருளும், அதன் அழுக்கைப் போக்கி தருகிறேன்' என்றார்.

கதிரவன் மறையும் முன்பு அழுக்கைப் போக்கி உலர்த்தித் தரவேண்டும் என்ற நிபந்தனையுடன் அடியார் வேடத்தில் வந்த சிவன் தம் அழுக்காடையை அவரிடம் கொடுத்துச் சென்றார்.

அவரும் அதை ஏற்றுக்கொண்டு அதைத் துவைத்து வெள்ளாவியில் வைத்தபின் மழை பொழியத் தொடங்கியது. துவைத்த அக்கந்தலாடையை உலர்த்த முடியாத நிலையில் துணி துவைக்கும் கற்பாறையில் தலையை முட்டிமோத முயன்ற போது காஞ்சி ஏகாம்பரநாதரின் கரம் அவரது தலையைப் பற்றி நிறுத்தியது. 'புனல் மழை நின்று பூ மழை பொழிந்தது.' இச்சோதனையின் வாயிலாகத் தம் அடியவரின் பெருமையை உலகறியும்படிச் சிவன் செய்தார்.

பெரியபுராணத்தில் இடம்பெறும் அடியார்கள் பல்வேறு சாதிகளைச் சேர்ந்தவர்கள். சைவ சமயம் சார்ந்த மேட்டிமையோர், சாதிகளை இணைக்க விரும்பாத நிலையில், அவைதீக சமயங்களுக்கெதிரான போராட்டத்தில் சாதிகளை ஒன்றிணைத்தல் அவசியமானதொன்றாகச் சைவ சமயத் தலைவர்கள் உணர்ந்தனர். பல்வேறு அடித்தட்டு மக்களைச் சைவம் என்ற பொது அடையாளத்தின் கீழ் ஒன்று திரட்டும் பணியைத் திருத்தொண்டர் புராணம் மேற்கொண்டது. இதன் வெளிப்பாடாகவே வண்ணார் சமூகத்தினர் ஒருவருக்கும் அடியார் நிலையை பெரியபுராணம் வழங்கியுள்ளது.

★ ★ ★

கோவில்களுக்குக் கொடைப்பொருளாக வண்ணார்களை வழங்கும் வழக்கம் இருந்துள்ளது. இது அடிமைமுறையின் ஒரு வடிவமாகும். திருநெல்வேலி மாவட்டத்தின் மேற்குப் பகுதியில் பொருநை ஆற்றின் தென்கரையில் கரிசூழ்ந்தமங்கலம் என்ற கிராமம் உள்ளது. தென்திருவேங்கடம் என்ற சிறப்புப் பெயர் பெற்ற வேங்கடாசலபதி திருக்கோயில் இவ்வூரில் உள்ளது.

இக்கோவிலின் மேற்குப் பிரகாரச் சுவரில் கொல்லம் ஆண்டு 522இல் பங்குனி 11ஆம் நாள் வெட்டப்பட்ட கல் வெட்டொன்றுள்ளது (A.R.E.578/L1916). இரண்டு வண்ணார்களை இக்கோவிலுக்குத் தானமாக வழங்கிய செய்தி இக்கல்வெட்டில் இடம்பெற்றுள்ளது.

இக்கல்வெட்டின் காலம் கி.பி.1344 என்று திருமலை (1994:129) குறிப்பிட்டுள்ளார். இதன் அடிப்படையில் பார்க்கும் போது வண்ணார்களின் பணி கோவிலுக்குத் தேவைப்பட்ட ஒன்றாகப் பதினான்காம் நூற்றாண்டின் நடுப்பகுதி வரை இருந்துள்ளமை தெரிய வருகிறது. கல்வெட்டின் முழுப்பகுதியும் வெளியிடப்படாமையால் வண்ணார்கள் மேற்கொண்ட கோவில் பணிகள் குறித்து விரிவாக அறிந்துகொள்ள முடியவில்லை. திருவரங்கம் அரங்கநாதர் கோவிலில் இராமானுசர் உருவாக்கிய 'கொத்து' என்ற பெயரிலான ஊழியமுறையில் வண்ணார்கள் அக்கோவிலில் மேற்கொள்ள வேண்டிய பணிகள் இடம் பெற்றுள்ளன.

இன்றும் கூடக் கோவில்கள் சிலவற்றில், கோவிலின் சப்பர ஊர்வலங்களின் போது 'தீவட்டி' பிடிக்கும் பணி வண்ணார்களுக் குரியதாக உள்ளது. கோவிலில் இறைவனுக்கு நாளும் உடுத்தும் ஆடைகளையும், கோவிலின் மடைப்பள்ளியில் பயன்படுத்தும் துணிகளையும், பந்தலை அலங்கரிக்கும் துணிகளையும் வெளுத்துத் தரும் பணியுடன், தீவட்டி பிடிக்கும் பணியையும் இத்தகைய கோவில் அடிமைகள் மேற்கொண்டிருந்தனர் என்று முடிவுக்கு வரலாம். கோவில் ஒன்றின் அன்றாடப் பணிகளுக்குத் தேவையான ஊழியர் வரிசையில் வண்ணாரும் இடம்பெற்றிருந்ததை இக் கல்வெட்டுச் செய்தி உணர்த்துகிறது.

வண்ணார் தொழிலின் சிறப்பு

தம்தொழிலின் அடிப்படையில் தாம் பணிபுரியும் மக்களின் பொருளியல் நிலையை அறிந்துகொள்ளும் வாய்ப்பு வண்ணார் களுக்கு இருந்ததை,

'வீட்டு வளப்பம் மருமகனுக்குத் தெரியும்
ஊர்வளப்பம் வண்ணானுக்குத் தெரியும்'

என்ற பழமொழி வெளிப்படுத்துகிறது.

வீட்டிற்கு வரும் மருமகனுக்கு வழங்கும் உணவானது, அவ்வீட்டின் பொருள்வளத்தை வெளிக்காட்டும். ஓர் ஊர் மக்களது பொருள்வளத்தை அவர்கள் உடுத்தும் ஆடையும், உண்ணும் உணவும் வெளிப்படுத்தும் தன்மையின. துணிகளை வெளுப்பதன் வாயிலாகவும், ஊர்ச்சோறு எடுப்பதன் வாயிலாகவும், இவ் விரண்டையும் ஊர் வண்ணார் தெளிவாக அறிந்துகொள்வார்.

துணிகளின் அழுக்கைப் போக்கும் வண்ணாரின் ஆற்றல் பாராட்டுக்குரிய ஒன்றாகும். அவர்களின் இவ்வாற்றலைப் பாராட்டும் தனிப்பாடல் ஒன்றுள்ளது. இது பிற்காலக் கம்பரால் பாடப்பட்டதாகும். சீராமன் என்ற வண்ணார் அவருக்குத் துணி வெளுத்துக் கொடுத்துள்ளார். வெளுப்பின் நேர்த்தியைப் புகழ்ந்து அவர் பாடிய பாடலின் கருத்து இதுதான்.

உறுதியான கைகளையுடைய சீராமன் என்னும் பெயருடைய வண்ணான் துணிகளை அழுக்கு நீக்கி வெளுத்த அழகினைப் பார்த்து, தன் தலை முடியிலிருந்து

வெண்மையான கங்கை வெளியேறி விட்டதோ என்று ஐயப்பட்டு சிவன் தன் தலையைப் பார்த்தான்.

சரஸ்வதியின் வெண்மை நிறம் சீராமன் வெளுத்த துணிக்குப் போய்விட்டதோ என்று பிரமன் சரஸ்வதியைப் பார்த்தான்.

செந்தாமரை போன்ற கண்களையுடைய திருமால் தன் கையிலிருந்த வெண்மையான சங்கு ஓடிப்போய் விட்டதோ என்று தன் கரத்தைப் பார்த்தான்.

இக்கருத்தை உள்ளடக்கிய அப்பாடல் வருமாறு:

'சிரம்பார்த்தான் ஈசன்அயன் தேவிதனைப் பார்த்தான்
கரம்பார்த்தான் செங்கமலக் கண்ணன் - உரஞ்சேர்
மலைவெளுத்த திண்புயத்து வண்ணான் சீராமன்
கலைவெளுத்த நேர்த்திதனைக் கண்டு'.

★★★

வண்ணாரின் அவல வாழ்க்கை

குடி ஊழிய முறை சார்ந்தவர்களாக வண்ணார்கள் விளங்கிய போது அவர்களின் அன்றாட உணவுத் தேவையை, அவர்களின் பணியைப் பெறும் கிராம மக்களே பார்த்துக்கொண்டனர். நாள் தோறும், பெரும்பாலும் மாலையில் வீடு வீடாகச் சென்று சோறும் குழம்பும் பெற்றுக்கொள்வர். இது ''ஊர்ச்சோறு எடுத்தல்'' எனப்படும். சில கிராமங்களில் ஒரு பகுதியில் காலையிலும் ஒரு பகுதியில் மாலையிலும் ஊர்ச்சோறு எடுக்கும் பழக்கமுண்டு. பல வகையான குழம்புகள் ஒன்று சேர்வதைத் தவிர்க்கும் முறையாக சிலர் குழம்பு வாங்காது சோறு மட்டும் வாங்கிக் கொள்வர். கிராமங்களில் அனைவர் வீடுகளிலும் அரிசிச்சோறு பொங்குவது கிடையாது. வரகு, கம்பு போன்று புன்செய் தானியங்களையும் சோறாக்குவர். இதனால் ஒரு சட்டியில் அரிசிச் சோற்றையும் மற்றொரு சட்டியில் புன்செய் தானியச் சோற்றையும் பெற்றுக் கொள்வர். அன்று இரவு அவர் தம் குடும்பத்தினர் உண்டது போக எஞ்சிய சோற்றை மறுநாள் உணவுக்காக நீர் ஊற்றி வைப்பர். தேவைக்கு மேல் சேரும் சோற்றையும், தங்களுக்கு வழங்கப்பட்ட

கெட்டுப்போன சோற்றையும், வளர்ப்புப் பிராணிகளான கழுதை, நாய், ஆடு போன்றவற்றிற்கு வைத்து விடுவர்.

இவ்வாறு சோறு எடுக்கச் செல்லும் போது வீட்டுக்காரப் பெண் சாப்பிட்டுக் கொண்டிருந்தால் கையைக் கழுவாது எச்சில் கையாலேயே சோறு எடுத்துப் போடுவதுண்டு. சிலர் குழந்தைகள் மீதம் வைத்த உணவையும் கலந்து போட்டு விடுவர். சில வீடுகளில் "வந்துட்டா வேலை அத்து. இவளுக்குச் சமைச்சுப் போடுதல் வெட்டித் தெண்டம்" என்பர். இன்றும் கூட ஆங்காங்கே ஊர்ச்சோறு எடுக்கும் அவலம் நின்ற பாடில்லை. இதற்கு எதிராக இம்மக்களிடமிருந்து எதிர்க்குரல் ஒலிக்கத் துவங்கியுள்ளது. திருநெல்வேலி திருமதி.சரோஜா என்பவர்,

"சோறு கேட்கப்போனால் இப்பதா வடிச்சிருக்கோம் அப்புறம் வா என்பார்கள்; அப்புறம் போனால் இப்ப தான் சாப்பிட்டுக் கொண்டிருக்கிறோம் அப்புறம் வா என்பார்கள்; அப்புறம் போனாலும் சோற்றில் தண்ணீர் ஊற்றிவிட்டோம் நாளைக்கு வா என்று சொல்வார்கள், வண்ணாத்தி தானென்று மதிக்கிறதேயில்ல. மானங்கெட பேசுறாங்க. அதனாலேயே இப்பல்லாம் சோறு வாங்க போறதில்லை"

என்று குறிப்பிட்டுள்ளார் (மீனாமயில், 2001). மீனாமயில் குறிப்பிடும் மேற்கூறிய செய்திகளையே கள ஆய்வில் சந்தித்த வண்ணார் சமூகப் பெண்கள் குறிப்பிட்டனர். ஊர்ச்சோறு எடுத்தல் நகரங்களில் மறைந்துபோனாலும் சில கிராமங்களில் தொடர்கிறது. திருவண்ணாமலை மாவட்டம் செஞ்சி அருகில் துரும்பர் விடுதலை இயக்கத்தில் பணிபுரியும் சகோதரி அல்போன்சா, வண்ணார் குடும்பம் ஒன்றைச் சந்திக்கச் சென்றார். அவ்வீட்டின் குடும்பத்தலைவி சிறிது நேரம் கழித்து வீட்டிற்குள் நுழைந்தார். அவர் எங்கு சென்று திரும்புகிறார் என்று அச்சகோதரி வினவிய போது, அப்பெண் **எச்சத்தையும் மிச்சத்தையும் வாங்கிட்டு வாரேன்** என்று எரிச்சலுடன் விடையளித்தார். எச்சிலையும் சாப்பிட்டு வைத்த மீதியுணவையும் பெற்று வருகிறேன் என்பதையே அவர் இவ்வாறு வெளிப்படுத்தியுள்ளார். இவ்வாறு அவர்கள்

எதிர்கொள்ளும் அவமானங்களில் இருந்து விடுபட வேண்டும் என்ற நோக்கிலேயே வண்ணார் சமூக அமைப்புகள் ஊர்ச்சோறு எடுத்தலை நிறுத்திவிடும்படி வற்புறுத்துகின்றன.

ஊர்ச்சோறு எடுக்கும்போது நிகழ்ந்த கொடுமையான நிகழ்வொன்றை, தோழர் த.ம.பிரகாஷ் உரையாடலின் போது குறிப்பிட்டார் அது வருமாறு:

விழுப்புரம் மாவட்டம் திருக்கோவிலூர் வட்டத்திலுள்ள கொங்கணமூர் என்ற கிராமத்தில் வண்ணார் சமூகப் பெண் ணொருத்தி ஊர்ச்சோறு எடுக்க நிலக்கிழார் ஒருவரின் வீட்டிற்குச் சென்றார். நிலக்கிழாரின் மனைவி வெறும் சோற்றை மட்டும் கொட்டிவிட்டு உள்ளே சென்றுவிட்டாள். அவள் கொளம்புடன் திரும்பி வருவார் என்று சில நிமிடங்கள் காத்திருந்த அப்பெண். 'அம்மா கொளம்பு ஊத்துங்க' என்று குரல் எழுப்பினாள். அப்போது வீட்டுத் திண்ணையில் அமர்ந்தவாறு வெற்றிலை போட்டுக் கொண்டிருந்த நிலக்கிழார் 'என்ன கேட்டே?' என்று எதுவும் தெரியாதது போல் கேட்டார். 'கொளம்பு கேட்டேன்' என்று இயல்பாக அப்பெண் கூறியதும், இங்கே வா என்று அருகில் வரச் சொல்லி வாயில் இருந்த செந்நிற வெற்றிலைச் சாறை சோற்றுப்பானையில் உமிழ்ந்துவிட்டு 'இந்தா கொளம்பு ஊத்தியாச்சு போ' என்று கூறிவிட்டார். அச்சமும் அவமானமும் ஒரு சேர, தன் சட்டியில் அதுவரை வாங்கியிருந்த சோறும் வீணாகிப் போன நிலையில் அப்பெண் வீடு திரும்பினாள்.

பின்னர் வண்ணார் விடுதலை இயக்கத்தினர் தோழர் த.ம.பிரகாஷ் துணையுடன் போராடி அந்நிலக்கிழாரை மன்னிப்புக் கேட்கச் செய்தனர்.

துணி தொடர்பான பிரச்சனைகள்

வெளுப்பதற்காகத் துணிகளை எடுத்துச் செல்லும் வண்ணார்கள் அத்துணிகளை மையமாகக் கொண்டு சில சிக்கல் களை எதிர்கொள்கின்றனர். வறுமையின் காரணமாகவும் வெளியூர் களுக்குச் செல்லும்போது மதிப்பான முறையில் ஆடை அணிந்து செல்ல வேண்டும் என்ற விருப்பத்தின் அடிப்படையிலும் தம்மிடம்

வெளுக்கப் போட்ட ஆடைகளைத் தாம் அணிந்து கொள்வதுண்டு. மங்கல நிகழ்ச்சிகளுக்கும், கோவில் விழாக்களுக்கும் அணிந்து செல்வதற்காக நல்ல ஆடை தேவைப்படுவோருக்கு வாடகைக்குக் கொடுத்துவிடுவதும் உண்டு. சில நேரங்களில் ஆடைகள் கிழிந்து விடுவதும், காணாமல் போய்விடுவதும் உண்டு.

கி.பி.11ஆம் நூற்றாண்டின் இறுதி அல்லது 12ஆம் நூற்றாண்டின் தொடக்கத்தில் எழுதப்பட்டதாகக் கருதப்படும் "மிதாசாகரம்" என்ற வடமொழி நீதிநூல் மேற்கூறிய செயல்களை மேற்கொள்ளும் வண்ணார்களைக் குறித்துப் பின்வருமாறு குறிப்பிடுகின்றது.

"அவன் தான் உடுத்திக் கொண்டிருந்தானானால், அவனை அடித்து மூன்று பணம் அபராதம் வாங்க வேண்டும். துணியை மாற்றிக் கொடுத்தானானால் பத்துப் பணம் அபராதம் வாங்க வேண்டும். வண்ணான் தன் திறக் கேட்டினாலே ஒரு தரம் வெளுத்த சீலையைக் கெட்டுப் போக விட்டானானால், அந்த சீலை வாங்கின கிரயத்துக்கு, 'எட்டில் ஒரு பங்கு' தள்ள, நின்ற பணத்தை வாங்கிக் கொள்ள வேண்டும். இரண்டு தரம் வெளுத்த சீலை யானால், 'நாலிலொரு பங்கு' தள்ளியும், மூன்று தரம் வெளுத்த சீலையானால், மூன்றிலொரு பங்கு தள்ளியும், நாலுதரம் வெளுத்த சீலையானால், முக்கால் பங்கு தள்ளியும், ஐந்து தரம் வெளுத்த சீலையானால், முக்காலே அரைக்கால் பங்கு தள்ளியும் பணத்தை வாங்கிக் கொள்ள வேண்டும். எட்டு தர முதல் வெளுத்த சீலைக்கு சீலைப்பலம் பார்த்துக்கொண்டு வாங்கிக் கொள்ள வேண்டும்."

கல்யாணி சாளுக்கிய மன்னனான இரண்டாம் விக்கிரமாதித்தன் (கி.பி.1070-1100) காலத்தைச் சார்ந்த நீதிநூல் கூறும் மேற்கூறிய செய்தி அவ்வளவு மோசமானதல்ல என்று கருதும் வகையில் 2007ஆம் ஆண்டில் வண்ணார் ஒருவரை மையமாகக் கொண்ட நிகழ்ச்சி ஒன்று தமிழ் வார இதழ் ஒன்றில் வெளியாகியுள்ளது. அச்செய்தி வருமாறு:

"அகில இந்திய அரசியலையே கலக்கிய தலைவரின் உடன்பிறந்த தம்பி, அந்தத் தலைவர். இவரது வீட்டுக்குப் பரம்பரை பரம்பரையாகத் துணி வெளுத்துக் கொடுப்பவர் ராமசாமி. கடந்த இரண்டாம் தேதி விஷம் குடித்துத் தற்கொலை செய்து கொண்டார். தலைவரின் கொடுமைதான் இந்தத் தற்கொலைக்குக் காரணம் என்கிறார்கள் விவரம் அறிந்தவர்கள்.

சில வாரங்களுக்கு முன்னால் தலைவரோட சட்டையைத் துவைத்து அயர்ன் செய்த போது, அதில் கறை பட்டு விட்டது. என்ன செய்தும் அது போகவில்லை. இதனால் கடுங் கோபப்பட்ட தலைவர், 'ராசியான என் சட்டையை இப்படி பண்ணிட்டியே' என்று ராமசாமியைத் திட்டியிருக்கிறார். அவ்வளவுதான் தலைவரோட ஆட்கள் ராமசாமியை அடித்துத் துவைத்து, அதேபோன்ற துணியில் புதுச்சட்டை கொண்டு வரச் சொல்லி மிரட்டியிருக்கிறார்கள். ராமசாமி எத்தனையோ கடைகளில் ஏறி இறங்கியும் அதே போன்ற துணி கிடைக்கவில்லை. இதனால் பயந்துபோனவர் அரியலூர், கும்பகோணம் என அருகில் இருக்கும் தன் சொந்தக்காரர்களின் வீடுகளுக்கு எஸ்கேப்பாகி விட்டார். ஆனாலும் தலைவரோட ஆட்கள் விடாமல் அவரைத் துரத்தி, 'சட்டைத் துணியைக் கொடுக்கவில்லை என்றால் கொன்று விடுவோம்' என மிரட்டியிருக்கிறார்கள். இதற்கு பயந்தே அவர் தற்கொலை செய்து கொண்டாராம்"

நாடு விடுதலை பெற்ற பின்னும் இத்தகைய அவலங்கள் ஆங்காங்கே நிகழ்ந்துகொண்டுதான் இருக்கின்றன.

★ ★ ★

பல ஆண்டுகளாக இத்தொழிலில் ஈடுபட்டு வருவதன் விளைவால் கைவிரல்கள் மடங்கிப்போய் ஊனமடைகின்றன. தொடர்ச்சியாகத் தண்ணீரும் காரமும் படுவதால் கைவிரல் இடுக்குகளில் புண்கள் ஏற்பட்டு, அது நிரந்தரமான ஒன்றாக நிலைத்து விடுகிறது. குனிந்தே தொடர்ந்து வேலை செய்வதால் முதுகுத்

தண்டு பாதிக்கப்படுவதும், கூன்விழுவதும் நேர்கிறது. *(வண்ணாரின் முதுகுக்கூனல் வாய்மொழிக்கதைகளில் கேலிப்பொருள் போன்று இடம்பெற்றுள்ளது. தன் முதுகுக் கூனை நிமிர்த்த விரும்பி, குழியில் கழுத்தளவு மண்ணை நிரப்பி நின்று யானையால் தலை மிதிக்கப்பட்டு உயிரிழந்த வண்ணார் குறித்த கதை தெனாலிராமன் கதையில் இடம்பெற்றுள்ளது).*

★

2

துரும்பர்

தமிழ்நாட்டில் அட்டவணை சாதியினர் பட்டியலில் 77 சாதிகள் இடம்பெற்றுள்ளன. இச்சாதிகளில் மிகவும் பின்தங்கிய நிலையில் 'துரும்பர்' உள்ளனர். புரத வண்ணார், புறத்து வண்ணார், பறஏகாலி, பறவண்ணார், புதிரவண்ணார் என்ற பெயர்களிலும் இவர்கள் அழைக்கப்படுகின்றனர். இவர்களைக் குறித்து எட்கர் தர்ஸ்டன் தாம் தொகுத்த 'தென்னிந்தியக் குலங்களும் குடிகளும்' என்ற நூலில் பின்வருமாறு குறிப்பிட்டுள்ளார்:

> "பொதர, பொதரையன், பொதோர வண்ணார் ஆகிய அனைவரும் சமூகப் படிநிலையில் தாழ்ந்தவர்களான வண்ணார், பள்ளர், பறையர் போன்ற தாழ்ந்த சாதியாருக்குத் துணி துவைப்பவர்கள்"

இச்சாதியினரை சேரி வண்ணான், புரத வண்ணான், பற வண்ணான், அரிசன வண்ணான், கீழ்சாதி வண்ணான், ஆதி வண்ணான், ஆதிதிராவிட வண்ணான், சேரிநேசன், இரவாலி, புதிரை வண்ணான், பற ஏகாலி, மலோடு, அச்சன், நீசான்

எனப் பல்வேறு பெயர்களில் அழைக்கின்றனர் (அருள்வளன் 2004:10). இப்பெயர்களில் தம்மையழைப்பதைத் துரும்பர்கள் விரும்புவதில்லை. என்றாலும் இப்பெயர்களாலேயே ஏனைய சாதியினர் அவர்களை அழைக்கின்றனர்.

தீண்டத்தகாதோர் என்று ஒதுக்கி வைக்கப்பட்ட மக்கள் பிரிவினருக்குச் சேவை செய்ய அவர்களிடம் இருந்தே 'குடி ஊழியம்' செய்வோர் உருவாவது இயல்பான ஒன்று. இவ்வாறு உருவான சலவைத் தொழில் செய்வோரை இரட்டைத் தீட்டு முறைக்கு ஆதிக்கச் சாதியினர் ஆளாக்கியுள்ளனர். இதன்படி தீண்டத்தகாதோர் என்று தம்மால் ஒதுக்கி வைக்கப்பட்ட சமூகத்தைச் சார்ந்தோர் என்பதன் அடிப்படையில் ஒரு தீட்டு, அவர்களின் அழுக்குத் துணிகளைச் சுத்தம் செய்வோர் என்பதன் அடிப்படையில் மற்றொரு தீட்டு.

இரட்டைத் தீட்டு குறித்த இக்கருத்தியலின் அடிப்படையில், தொட்டால் தீட்டு என்பதனைப் பார்த்தாலே தீட்டு என்று விரிவுபடுத்தியுள்ளனர்.

இச்சாதி குறித்து 24-12-1932 இந்து நாளேட்டில் வெளியான செய்தியை 'ஹட்டன்' (1969:200-201) என்பவர் 'இந்தியாவில் சாதி' என்ற தமது ஆங்கில நூலில் மேற்கோளாகக் காட்டியுள்ளார். அச்செய்தி வருமாறு:

> "திருநெல்வேலி மாவட்டத்தில் புரத வண்ணான் என அழைக்கப்படும் ஒரு சாதியினர் உண்டு. இவர்கள் பகல் நேரத்தில் வெளியே வரக்கூடாது. ஏனென்றால் இவர்களைப் பார்ப்பதே தீட்டாகக் கருதப்பட்டது. இவர்கள் பிற தாழ்த்தப்பட்டவர்களின் துணிகளைச் சலவை செய்பவர்கள். தங்கள் தொழிலை இரவிலேயே (பொழுது புலர்வதற்கு முன்பே) செய்பவர்கள்."

நேர்காணலுக்கு திரு.ஏ.வி.தாக்கர் சென்றபோது தங்கள் வீடுகளை விட்டு வெளியே வர மறுத்துவிட்டனர். பலமுறை வேண்டிக் கேட்டுக் கொண்ட பின்பு கூட, உடல் நடுங்கி அச்சத்துடன்தான் வெளியே வந்தனர்.

ஆனால் புரதவண்ணாரின் சேவையைப் பெறுவோர், பார்த்தாலே தீட்டு என்ற தடையைப் பின்பற்றுவதில்லை. இதைப்

பின்பற்றுவோர் ஆதிக்க சாதியினர்தான். குடி ஊழியம் செய்யும் நாவிதர், வண்ணார் ஆகியோர் மீது ஆதிக்கச்சாதியினர் சில கட்டுப்பாடுகளை விதித்திருந்தனர். ஆனால் அவர்கள் நட மாட்டத்தை முழுமையாகத் தடைசெய்யவில்லை.

இம்மக்கள் பிரிவினரின் பணியைப் பெறுவது அவர்களுக்கு அவசியமாக இருந்தது என்பதுதான் இதற்குக் காரணமாகும். ஆனால் புரதவண்ணார்களின் பணி தமக்குத் தேவையில்லை என்ற நிலையில், பார்த்தாலே தீட்டுக்குரியவர்களாக அவர்களை வகைப் படுத்தினர். பகற்பொழுதில் வெளியில் வரக்கூடாது என்று புதிரை வண்ணார் மீதிருந்த கட்டுப்பாடு 1932இல் நீதிக்கட்சியின் ஆட்சியில் நீக்கப்பட்டது (அருள்வளன் 2004:10). இச்சமூகத்தின் தோற்றம் குறித்து சில கதைகள் உருவாகியுள்ளன.

தோற்றம் குறித்த கதைகள்

கதை வடிவம்:1

தன் ஆடைகளை வெளுத்துத் தரும்படி ஒரு நாள் சிவ பெருமான் வண்ணார் ஒருவரிடம் கொடுத்தார். அவரும் அவற்றை வெளுத்து பரிவட்டத்தை, தன் மகனிடமும் ஏனைய ஆடைகளைத் தன் பணியாளனிடமும் கொடுத்து அனுப்பினார்.

வண்ணாரின் மகன் யானை மீதும், பணியாள் குதிரையின் மீதும் கோவிலை நோக்கிப் பயணித்தனர். குதிரையில் சென்ற பணியாள் விரைவாகக் கோவிலுக்குள் சென்றுவிட்டார். யானை ஆடி அசைந்து சென்றதால் வண்ணாரின் மகன் செல்வதற்குள் கோவிலின் கதவு அடைக்கப்பட்டுவிட்டது. கோவிலின் புறத்தே நின்ற வண்ணார் புறத்து வண்ணார் என்றழைக்கப்பட்டு, அவரது பரம்பரையினரும் புறத்து வண்ணார் என்றழைக்கப்பட்டனர்.

கதை வடிவம்: 2

பறையர் சாதிப் பெண் ஒருத்தியைப் பள்ளர் சாதி ஆண் காதலித்து மணம் புரிந்துகொண்டார். இருவரது சாதியினரும் இத்திருமணத்தை ஏற்கவில்லை. அத்துடன் இருவருக்கும் தம் ஆடைகளை வெளுக்கும் பணியைத் தண்டனையாகக் கொடுத்தனர். பள்ளர், பறையர் என்ற இரு சாதியினருடனும் சேர்க்கப்படாமல்

இவ்விருவருக்கும் வழங்கப்பட்ட சலவைத் தொழில் இவர்களது பரம்பரையினருக்கும் வந்துவிட்டது.

சமூக விழிப்புணர்வு பெறாத காலத்தில் தம் அவல நிலைக்கான காரணமாக, இக்கதைகளை நம்பி புரத வண்ணார்கள் ஏமாந்துள்ளனர். தீண்டாமைக் கொடுமைக்குத் தாம் ஆட்பட வில்லை என்று நிறைவடைந்த பிற வண்ணார் பிரிவினர், தாம் புரத வண்ணாரை விட மேலானவர்கள் என்று காட்டிக்கொள்ள இக்கதைகளைக் கூறி அமைதியடைகின்றனர்.

இவற்றில் முதல் கதை தம் அவல நிலைக்கு அமைதி காணும் வகையில் புரத வண்ணார்களால் உருவாக்கப்பட்டிருக்க வேண்டும். இரண்டாவது கதை அவர்களின் பணியைப் பெறு பவர்களால் உருவாக்கப்பட்டிருக்கலாம். தமக்குக் குடி ஊழியம் செய்யக் கடமைப்பட்டவர்கள் என்ற கருத்தை நிலைநாட்டும் வகையில் இக்கதையை உருவாக்கியுள்ளார்கள். மொத்தத்தில் துரும்பரின் போராட்ட உணர்வைத் தடுத்து நிறுத்துவதில் இக்கதைகள் முக்கியப் பங்காற்றியுள்ளன.

துரும்பர்களின் பணி

துரும்பர்களை இதர வண்ணார்களிடம் இருந்து வேறு படுத்துவது அவர்களின் சாதி மட்டுமல்ல. அவர்களின் பணியும் கூட அவர்களை வேறுபடுத்திக் காட்டுகிறது. தலித்துகளின் சலவைத் தொழிலாளியாக மட்டும் இவர்கள் விளங்கவில்லை. அவர்களின் நாவிதர்களாகவும் பணியாற்றுகின்றனர். அத்துடன் இறப்பு வீட்டில் பிணத்தைக் குளிப்பாட்டுதல், பிணத்தைப் புதைக்கக் குழிவெட்டுதல் ஆகிய பணிகளையும் மேற்கொள் கின்றனர். மொத்தத்தில் தலித்துகளின் வண்ணாராகவும், நாவிதராகவும், வெட்டியானாகவும் இவர்கள் பணியாற்றுகின்றனர். இதுவே இவர்கள் சாதிச் சான்றிதழ் பெறத் தடையாகவுள்ளது.

ஏனெனில் கிராமப்புறங்களில் வாழும் பிற்படுத்தப்பட்ட, மிகவும் பிற்படுத்தப்பட்ட சாதியினர் தத்தம் சாதிக்கென்று வண்ணார், நாவிதர், வெட்டியான் ஆகியோரைக் கொண்டுள்ளனர். அத்துடன் இப்பணியாளர்கள் தலித்துகளுக்குப் பணி செய்வதைத் தடை செய்துள்ளனர்.

இதன் அடிப்படையில் வண்ணார்களுக்கும் தலித்துகளுக்கும் இடையே மோதல்கள் உருவாகுகின்றன. சான்றாகப் பின்வரும் செய்தியைக் குறிப்பிடலாம்.

கோவை மாவட்டம் அவினாசியை அடுத்துள்ளது சுண்டக்காம்பாளையம். இங்குள்ள அருந்ததியர் காலனிக்கருகே சலவைத்தொழில் செய்து வருகிறார் பெரியசாமி என்பவர். இவரிடம் கடந்த நான்காம் தேதியன்று மாலை அருந்ததியர் சமூகத்தைச் சேர்ந்த அவினாசியப்பன் என்பவர் தனது பேண்ட் சட்டையைத் தேய்த்துத் தரும்படி கொண்டு சென்றுள்ளார். அதற்கு பெரியசாமி மறுத்துவிட்டிருக்கிறார். இதை அவினாசி யப்பன் தனது உறவுக்கார இளைஞர் வடிவேலுவிடம் சொல்ல அவரும் திரும்ப பெரியசாமியிடம் சென்று துணி தேய்த்துக் கொடுக்க முடியுமா? முடியாதா என்று கண்டிப்புடன் கேட்க, அவரும் உங்க சாதிக்கு துணி தேய்க்க மாட்டேன் என பதிலுக்குக் கூறிவிட்டாராம். உடனே இளைஞர்கள் இருவரும் புகாரை எடுத்துக் கொண்டு போலீஸ் ஸ்டேசன் ஓட, விவகாரம் 'சென் ஸிட்டிவ்' ஆகி விடாமல் இருக்க, ஸ்டேசன் எஸ்.ஐ. பஞ்சாயத்துப் பண்ணியும் விவகாரம் அடங்கவில்லை. வேறு வழியில்லாமல் தீண்டாமைக் கொடுமை சட்டப் படி பெரியசாமி மீது எஃப்.ஐ.ஆர் போட்டு அவரை ஸ்டேசனுக்கும் கூட்டிச் சென்றுள்ளனர். அங்கே பெரிய சாமி, 'நான் கவுண்டர்கள் சொன்னாத்தான் அவங் களுக்குத் துணி தேய்ப்பேன்' என்று சொல்லிவிட்டா ராம். இந்த விஷயம் சுண்டக்காம்பாளையத்தில் மட்டு மல்ல, அதன் அருகாமையிலிருக்கும் கிராமங்களான நம்பியாம் பாளையம், மருதூர், கருவலூர், அசநெல்லிப் பாளையம், ஆட்டையாம்பாளையம் உள்ளிட்ட பத்துக்கும் மேற்பட்ட கிராமங்களுக்குப் பரவ, அந்தந்த ஊர்ப்பிரமுகர்கள் எல்லாம் ஸ்டேஷனுக்கு வந்து விட்டனர். அதில் ஒரு தி.மு.க பிரமுகர், 'அவன் எங்க ஊர் டோபி. எங்களுக்கு மட்டும்தான் துணி தேய்ப்பான்

துவைப்பான், சேரிப்பயல்களுக்கு எதுவும் செய்ய மாட்டான்' என்று அதிகாரத் தொனியில் கூற, அவினாசி யப்பன் வடிவேலுக்கு ஆதரவாக வந்த தலித் அமைப் பினர் பொங்கிவிட்டனர் (வேலாயுதன்.கா.சு.2005:34-35).

இதன் தொடர்ச்சியாக வட்டாட்சியர் அலுவலகத்தில் அமைதிப் பேச்சுவார்த்தை நடந்தது. அப்பேச்சுவார்த்தையின் இறுதியில் 'இனிமேல் தாழத்தப்பட்டவங்களோட துணிகளைத் தேய்க்க மறுக்க மாட்டேன் என்று வண்ணாரும், அப்படித் தேய்க்கிறவனைத் தடுக்கமாட்டோம் என்று கவுண்டர்களும் எழுதிக் கொடுத்தனர். ஆனால் இதற்குப் பழிவாங்கும் முறையாக சுற்றுப்புறக் கிராமங்களில் உள்ள விசைத்தறிகளில் அருந்ததியர் களுக்கு வேலை கொடுப்பதை நிறுத்திவிட்டனர் (மேலது.35).

இவ்வாறு குடியூழியக்காரர்களின் பணிகள் தமக்கு மறுக்கப்பட்ட நிலையில் துரும்பர்களையே தலித்துகள் நம்பியுள்ளனர்.

விழுப்புரம் மாவட்டம் வாதிரிபேடு கிராமத்தைச் சேர்ந்த துரும்பர் குடும்பம் ஒன்று தம்மீது சுமத்தப்பட்டிருந்த இழிவான பணிகளிலிருந்து தன்னிச்சையாக தன்னை விடுவித்துக் கொண்டது. இதன்பின்:

'வண்ணாரப் பசங்க அழுக்குத்துணி எடுக்கிறதில்லை. பொண்ணுங்க வயசுக்கு வந்தா தீட்டுத்துணியைத் துவைக்கிற துக்கும் ஆளில்லை. சாவுக்கும் வாழ்வுக்கும் சடங்கு பண்றதில்லை' என்று திட்டிவிட்டு, 'ஊர்ல வாழனும்னா இதெல்லாம் செய்ய றேன்னு எழுதிக்குடுத்திட்டு எல்லார் கால்லயும் விழுந்து மன்னிப்பு கேட்கனும்' என்று வாதிரிபேடு ஊர்ப் பஞ்சாயத்து தீர்ப்பளித்தது.

இத்தீர்ப்பைக் கூறிய இருவரில் ஒருவரைச் சந்தித்து பத்திரிக்கையாளர் இதுகுறித்துக் கேட்டபோது,

'ஏம்பா எங்க வூட்டுப் பொண்ணுங்க வயசுக்கு வந்துச்சுன்னா தீட்டுத் துணியை யார் துவைக்கிறது? கோயில் நிலத்துல குந்திக்கிட்டு இதையெல்லாம் பண்ண மாட்டேன்னு சொன்னா விட்ருவாங்களா? அதனால தான் ஊரைவிட்டு ஒதுக்கிவச்சோம்' (மரக்காணம் பாலா, 2007:27)

துரும்பர்கள் மீதான வன்முறை

துரும்பர்கள் தம் ஆதிக்கத்திற்கு உட்பட்டவர்கள் என்ற ஆதிக்கவுணர்வை ஆதிதிராவிடர் வெளிப்படுத்தும் ஒரு வழிமுறை குறித்துக் கிட்டிய ஒரு செய்தி வருமாறு:

திருவண்ணாமலை மாவட்டம் துரும்பர் விடுதலை இயக்கம், ஊர்ச்சோறு எடுக்கும் வழக்கத்தை நிறுத்திவிடும்படி துரும்பர் களுக்கு அறிவுரை கூறியது. இது எந்த அளவுக்கு ஏற்றுக் கொள்ளப் பட்டுள்ளது என்பதை ஆராய்ந்த போது திருவண்ணாமலைக்கு அருகில் உள்ள ஊரைச் சேர்ந்த துரும்பர் ஒருவர் ஊர்ச்சோறு எடுத்து வருகிறார் என்பது தெரியவந்தது. அதிலும் அவர் அந்தக் கிராமத்தில் கணிசமான விளைநிலங்களுக்கு உரிமையாளர். நில உடைமையாளரான அவரே ஊர்ச்சோறு எடுக்கும்போது, நிலமில்லாத துரும்பர்களைத் தடுப்பது சிரமமாய் இருந்தது. எனவே துரும்பர் விடுதலை இயக்கத்தின் பொறுப்பாளர்கள் அவரைச் சந்திக்கச் சென்றார்கள். அவ்வாறு சென்றபோது அவர் ஊர்ச்சோறு எடுக்கச் சென்றிருந்தார். அவர் திரும்பி வரும்போது வீதியில் அவரைச் சந்தித்தனர். அறிமுகம் செய்துகொண்டு அவருடன் அவரது வீட்டிற்கு வந்த பின்னர் வீட்டுத் திண்ணையில் அவர்களை அமரச் செய்துவிட்டு, தான் எடுத்து வந்த ஊர்ச் சோற்றை, கழுதைகளுக்கும் மாடுகளுக்கும் பகிர்ந்தளித்தார். வந்தவர்களுக்கு திகைப்பு. வந்த நோக்கம் என்ன? என்று அவர் வினவிய போது, அவர்கள் செய்தியைக் கூறினார்கள். அதற்கு அவர் கூறிய பதில் இதுதான்:

'எங்கள் வீட்டில் தலைமுறை தலைமுறையாக யாரும் ஊர்ச்சோற்றை உண்பதில்லை. ஆனால் ஊர்ச்சோறு எடுக்கா விட்டால் என் நிலத்தில் வேலை செய்ய அவர்கள் (ஆதிதிராவிடர்கள்) யாரும் வரமாட்டார்கள். பின் விவசாயம் செய்ய முடியாது. இதைத் தவிர்க்கவே வண்ணார் தொழிலையும், ஊர்ச்சோறு எடுத்தலையும் செய்து வருகிறேன். நம்ம சோற்றைத் திங்கிறவன் தானே என்று அவர்களுக்குத் திருப்தி.

'ஊர்ச்சோறு' என்பது அடிமைத்தனத்தின் குறியீடாக அமைவதை இச்செய்தி உணர்த்துவதுடன், அட்டவணை சாதி யினருக்கிடையிலான உள்முரணை வெளிப்படுத்துகிறது.

துரும்பரின் அவல வாழ்க்கை

வண்ணார்கள் மீது நிகழ்த்தப்படும் கொடுமைகளுள் புரத வண்ணார் பிரிவு மீதுதான் அதிக அளவிலான கொடுமைகள் நிகழ்கின்றன. இதுகுறித்து மீனா மயில் (2001),

> "தலித் மக்களுக்கு புதிரை வண்ணார் செய்யும் திருமண, சாவுச் சடங்குகள் அடிமைத்தனத்தின் உச்சகட்டமாக இருக்கிறது. உயிர் போகிற காரியமாக இருந்தாலும்கூட வண்ணார்கள் வந்து தலித் மக்களுக்கான சடங்கை செய்துவிட்டுத்தான் செல்ல வேண்டும். திருமணம் என்றால் பெண்ணுக்கும், மாப்பிள்ளைக்கும் துணி கொடுத்தாக வேண்டும். எல்லா வேலையையும் விட்டு, மூன்று நாட்களும் திருமண வீட்டிலேயே கட்டாயம் இருந்தாக வேண்டும். அவர்கள் எவ்வளவு துணி கொடுத்தாலும் துவைத்துக் கொண்டேயிருக்க வேண்டும். கூலி பற்றி பேசக்கூடாது. நிறைய சோறு சாப்பிட்டுக் கொள்ளலாம்.
>
> சாவு வீடுகளில் செய்யப்படும் வெவ்வேறு விதமான சடங்குகள் இடத்திற்கு இடம் மாறுபடுகிறது. பிணத்தைக் குளிப்பாட்டுதலில் தொடங்கி, தேர் கட்டுதல், மேளம் அடித்தல், புதைத்தல் போன்ற எல்லா காரியங்களையுமே இம்மக்கள் செய்கின்றனர். சில இடங்களில் சுடுகாடு வரும் வரை வண்ணார்கள், பிணத்தை விழுந்து கும்பிட்டுக் கொண்டே வரவேண்டும் என்ற வழக்கமும் இருக்கின்றது. இன்னும் சில இடங்களில், நீர்மாலை எடுப்போரின் பாதம் மண்ணில் படாமல் இருக்க, சுடுகாடு வரை துணி விரித்துக் கொண்டே வர வேண்டும் என்பது போன்ற சடங்குகள் இன்னும் நடைமுறையில் இருக்கின்றன. சலவை செய்ய முடியாது என்று சொன்ன மக்களால் கூட, சடங்கைச் செய்ய மாட்டோம் என்று மறுக்க முடியவில்லை

என்கிறார்.

சாதிச் சான்றிதழ்

'அட்டவணைச் சாதியினர்' என்ற சான்றிதழ் பெற, துரும்பர்கள் வருவாய்த் துறையினரிடம் விண்ணப்பிக்கும் போது, இவர்களின் பணியைப் பெறும் அட்டவணை சாதியைச் சேர்ந்தோர் சாட்சியம் அளிக்க வேண்டும் என்று வருவாய்த் துறையினர் வலியுறுத்துகின்றனர். ஆனால் சாட்சியம் அளிக்க ஏனைய அட்டவணைச் சாதியினர் முன்வருவதில்லை.

இறப்புச் சடங்குகளில் நாவிதர், வண்ணார் ஆகியோரின் பணி இன்றளவிலும், கிராமங்களிலும், சிறு நகரங்களிலும் பயன்படுத்தப்படுகின்றது. ஒவ்வொரு சாதியும் தனக்கென நாவிதர்களையும், வண்ணார்களையும் கொண்டுள்ளது.

ஒரு சாதிக்குரிய வண்ணார்களும், நாவிதர்களும் பிற சாதியினருக்குப் பணி செய்யத் தடைவிதிக்கப்பட்டுள்ளது.

இத்தகைய நிலையில் தம் வாழ்க்கை வட்டச் சடங்குகளுக்கு துரும்பர்களையே தலித் மக்கள் நம்பி உள்ளனர். இவர்கள் படித்து முன்னேறி விட்டால் தம் சமூகத்துக்கு அதற்குரிய சடங்குகளைச் செய்ய ஆள் கிடைக்காது என்ற அச்சமே இச்செயலுக்குக் காரணமாகும். இதனால், அட்டவணைச் சாதியைச் சேர்ந்தவர் என்ற சான்றிதழ் துரும்பர்களுக்கு மறுக்கப்படுகிறது.

சடங்குகளில் இருந்து விடுபட அட்டவணை சாதியினர் விரும்பாமையும், அவர்களுக்குச் சடங்குகளை நடத்தி வைக்கத் தடையாக, தீண்டாமை விளங்குவதும் அட்டவணை சாதிச் சான்றிதழைத் துரும்பர் பெற முடியாது தடுத்து விடுகிறது. ரகுபதி என்ற ஆய்வாளர் இந்நிலை குறித்து எழுதியுள்ளது வருமாறு:

> "சாதிச்சான்று கேட்டு விண்ணப்பிக்கும் ஒருவரை அவர் புதிரை வண்ணார் சாதியைச் சேர்ந்தவர்தானா? என்பதைக் கண்டுபிடிப்பதற்கு கிராம நிர்வாக அதிகாரி, வருவாய் ஆய்வாளர் மற்றும் தாசில்தார் ஆகியோர் நிர்வாகரீதியான சோதனையை மேற்கொள்கின்றனர். அச்சோதனையில் அவர்கள் எழுப்பும் கேள்விகள்:

1. புதிரை வண்ணாரிடம் கழுதை இருக்கிறதா?
2. துணி வெளுப்பதற்கு பாரம்பரிய வெள்ளாவி அடுப்பு முறை பயன்படுத்தப்படுகிறதா?
3. அவர் ஊரில் வெளுத்தார் என்பதற்கு சாட்சியாய் இருப்பது யார்?

அதிகாரிகளின் பரிசோதனையின் போது தன்னைப் புதிரை வண்ணார் என்று வலுவான ஆதாரங்களுடன் நிரூபிக்க வேண்டிய பொறுப்பு சாதிச் சான்றிதழ் கேட்கின்ற நபருடையது. ஆதாரங்கள் என்றால் அது கழுதையையும், வெள்ளாவி அடுப்பையும் குறிக்கிறது. மேலும் சாதிச் சான்று கேட்கும் புதிரை வண்ணார் தங்களுக்கு வெளுப்பு வேலை செய்தார் என்று பள்ளர், பறையர் சாதியினைச் சேர்ந்தவர்கள் சாட்சியம் அளிக்க வேண்டும். இச்சோதனை சான்றிதழ் கேட்பவரின் ஊரில் நடத்தப்படும். அதிகாரிகளின் அலுவலகத்தில் அல்ல. இதற்காக அதிகாரிகளை மகிழுந்தில் அழைத்துச் செல்ல வேண்டியது சான்றிதழ் கேட்பவரின் கடமை.

சோதனையின் போது மேலே குறிப்பிட்டுள்ள ஆதாரங்கள் சான்றிதழ் கேட்டு விண்ணப்பித்தவரிடம் இல்லையென்றால் அவருக்குச் சான்றிதழ் மறுக்கப்படும். இச்சோதனையை மேற்கொள்வதற்கு மட்டும், சான்றிதழ் கேட்கும் புதிரை வண்ணார் சில, பல ஆயிரங்கள் நிதிச் செலவினைச் சந்திக்கவேண்டும். சான்றிதழ் கிடைத்தால் ஒரு விதத்தில் நிதிச் செலவினைத் தாங்கிக் கொள் கின்றனர். ஆனால் சான்றிதழ் கிடைக்கவில்லை என்றால் அவர்கள் கடும் மன உளைச்சலுக்கு ஆளாகின்றனர். சான்றிதழ் பெறுவதற்குப் பல பத்தாண்டுகளாகத் திருநெல்வேலி, தூத்துக்குடி மாவட்டங்களைச் சேர்ந்த புதிரை வண்ணார்கள் போராடி வருகின்றனர்.

இதுபோன்ற கருத்தையே துரும்பர் சமூகத்தைச் சேர்ந்த திரு.செல்லக்கண்ணு என்பவர் பின்வருமாறு தெரிவித்துள்ளார் (சண்முகசுந்தரம்.குள : 2014).

தலித்துகளின் பிரச்சினைகள் அனைத்துத் தளங்களிலும் அலசப்படுகிறது. ஆனால் தலித்துகளால் தலித்து களை விட மோசமான சங்கடங்களை எதிர்கொள்ளும் புதிரை வண்ணார்களின் நிலையைப் பற்றி யாரும் கவலைப்படுவதில்லை. புதிரை வண்ணார்களை எஸ்.சி. பட்டியலில் வைத்திருக்கிறது அரசு. ஆனால் இவர்கள் சாதிச் சான்றிதழ் வாங்குவது அவ்வளவு எளிதான விஷயமில்லை. 'இவர் எங்களுக்கு முடி திருத்துகிறார். துணி துவைக்கிறார்' என்று தலித்துகள் சான்றளித்தால்தான் புதிரை வண்ணார்களுக்குச் சாதிச் சான்றிதழ் கிடைக்கும். இதனால் பல குடும்பங்கள் தங்களது குலத் தொழிலை விடமுடியாமல் இன்னமும் கொத்தடிமைகளாகவே இருக்கின்றன.

பிற சாதிக்காரர்களால் அச்சுறுத்தப்படுவதாகவும் சாதித் துவேசமாக நடத்தப்படுவதாகவும் தலித்துகள் ஆத்திரப் படுகிறார்கள். ஆனால் தலித்துகளுக்காகப் பணி செய்யும் எங்களை அவர்கள் பல வகைகளிலும் துன்புறுத்து கிறார்கள். பல இடங்களில் அவர்களின் வீடுகளுக்குப் பணி செய்யப் போகும் எங்கள் சாதிப் பெண்கள் பாலியல் தொல்லைகளுக்கு ஆளாகிறார்கள். போலீஸூக்குப் போனாலும் எடுபடுவதில்லை. தலித்துகளுக்கு வேலை செய்ய மறுத்தால் எங்களை ஊரைவிட்டுக் காலி செய்ய வைத்து விடுவார்கள். போதாததுக்கு அரசு அதிகாரிகளும் எங்களை இம்சிக்கிறார்கள். இந்தக் கொத்தடிமைத்தனம் எங்களோடு போகட்டும். வரும் சந்ததிகளாவது படித்து முன்னுக்கு வரட்டும் என நினைக்கிறோம். அதற்காக எங்கள் பிள்ளைகளுக்குச் சாதிச் சான்றிதழ் கேட்டுப் போனால் தலித்துகளை சாட்சிக்கு அழைக்கிறார்கள் அதிகாரிகள். நாங்கள் அந்தத் தொழிலைச் செய்ய வேண்டாம் என நினைக்கிறோம். ஆனால் அதிகாரி களோ அந்தத் தொழிலைச் செய்தால்தான் சாதிச் சான்றிதழ் தருவோம் என்கிறார்கள். எங்கள் சாதியில் எம்.ஏ. வரை படித்தவர்கள் நான்கு பேர் இருக்கிறார்கள்.

ஆனால் அவர்களும் போதிய விழிப்புணர்வு இல்லாத தால் இருபது ஆண்டுகளாகக் கூலி வேலைதான் செய் கிறார்கள்.

நடைமுறையில் தலித்துகளுக்கும் கீழான நிலையில் துரும்பர்கள் இருந்தாலும் சாதிச் சான்றிதழ் இல்லை என்ற ஒரே காரணத்தினால் பிற்படுத்தப்பட்ட சாதியினராக அவர்கள் கருதப் படுகின்றனர். சில பகுதிகளில் மிகவும் பிற்படுத்தப்பட்ட சாதி யினராகச் சான்றிதழ் வழங்கப்படுகிறது. இதனால் தீண்டத்தகாதோர் என்று முத்திரை குத்தப்பட்ட மக்களுக்குக் கிடைக்கும் அரசின் உதவிகள் இவர்களுக்குக் கிட்டுவதில்லை. வன்கொடுமைத் தடுப்புச்சட்டம் இவர்களுக்குப் பொருந்துவதில்லை.

★

3

வண்ணார் தொழில்நுட்பம்

வண்ணார்களின் தொழிலானது, (அ) அழுக்கெடுத்தல், (ஆ) குறி போடுதல், (இ) துவைத்தல், (ஈ) உவர் முக்குதல், (உ) வெள்ளாவி வைத்தல், (ஊ) பசை போடல் என ஆறு பிரிவுகளைக் கொண்டிருந்தது. இவற்றுள் அழுக்கெடுத்தல் நீங்கலாக ஏனையவை சில தொழில்நுட்பங்களைக் கொண்டவை.

குறி போடுதல்

ஓர் ஊரில் வாழும் பல குடும்பத்தினரின் அழுக்குத் துணிகளை எடுத்து வந்து அவற்றை வெளுத்து அவர்களிடம் திரும்பத் தருவது என்பது சிக்கலான வேலை. துணிகளை மாற்றித் தராமல் உரியவர்களிடம் சரியாகத் தரும் இப்பணியை வியந்து கூறும் தெலுங்குப் பழமொழியொன்று. தமிழ்நாட்டில் வாழும் தெலுங்கு பேசும் மக்களிடையே வழங்கு கிறது. அதன் தமிழ் வடிவம் வருமாறு:

'படிச்சவனுக்கு மேல் ஏகாலி
ஏகாலிக்கு மேல் ஆட்டுக்காரன்'

கல்வியறிவு இல்லாவிட்டாலும், வெளுத்த துணிகளை மாறாமல் உரியவர்களிடம் சேர்ப்பிக்கிறான் ஏகாலி. இதனால் அவன் படித்தவனைவிட மேலானவன்.

ஒரே விதமான தோற்றத்தில் இருக்கும் பலரது ஆடுகளையும் மேய்க்கும் ஆட்டுக்காரன், அவற்றை உரியவர்களிடம் மந்தையிலிருந்து பிரித்துத் தந்துவிடுவதால் ஏகாலியை விட அவன் மேலானவன் என்பதே இப்பழமொழியின் பொருள்.

துணிகளில் குறியிடுவதன் வாயிலாகவே அது யாருக்குரியது என்பதை வண்ணார்கள் அறிந்துகொள்ளுகிறார்கள். இக்குறிகள் ஒரு குடும்பத்தின் உறுப்பினர்கள் அனைவருக்கும் பொதுவாக இருக்கும். திருவண்ணாமலை மாவட்டத்து வண்ணார்கள் இடும் குறிகள் பின்இணைப்பு ஒன்றில் இடம்பெற்றுள்ளன.

திருநெல்வேலி, விருதுநகர் மாவட்டங்களில் குறியிடும் முறை பின்வருமாறு அமைந்துள்ளது. தான் பணிபுரியும் குடும்பங்களுக்குரிய குறிகளை:

முதல் வீடு I

இரண்டாவது வீடு III

மூன்றாவது வீடு ●

நான்காவது வீடு ●●●

ஐந்தாவது வீடு X

என இடுவர். ஒரு வீட்டின் ஆண்மக்கள் கூட்டுக் குடும்பத்திலிருந்து பிரிந்து சென்று தனிக்குடித்தனம் சென்றால் அவர்களுக்குப் புதிய குறியிடுவர். அப்புதிய குறி கூட்டுக் குடும்பத்தின் குறியை ஒட்டியே அமையும்.

சான்றாக X குறியுடைய கூட்டுக் குடும்பத்திலிருந்து பிரிந்து தனிக்குடித்தனம் செல்லும் ஆண் மக்களின் வீட்டுத் துணிகளில் பின்வருமாறு குறியிடப்படும்.

தந்தை	X
முதல் மகன்	●X●
இரண்டாவது மகன்	X ●

மூன்றாவது மகன்   X
                 •
                 •
நான்காவது மகன் X ● ●

திருமணமாகிப் போகும் பெண்களுக்கு அவர்கள் கணவன் வீட்டு ஆடைகளுக்கு இடும் குறிகளையே இடுவார்கள். தந்தை வீட்டுச் சலவைக்குறி இடப்படாது. ஒரு சலவைக்குறியை வைத்து அது எந்த குடும்பத்துக்குரிய துணி என்பதைக் கண்டறிந்து விடுவர். கொலையுண்டோர் உடலை அடையாளம் காண வண்ணார்களின் துணையைக் காவல்துறையினர் நாடுவதுண்டு. குற்றம் நடந்த இடத்தில் குற்றச்செயல் செய்தோர் தம் ஆடையை விட்டுச் செல்வதும் உண்டு. இதில் இடப்பட்டுள்ள குறியின் அடிப்படையில் குற்றவாளியைக் கண்டுபிடிக்கவும், வண்ணார் துணையை நாடுவர்.

கோடுகளை அடையாளக் குறியாக இடும் இம்முறை தமிழர்களின் பாரம்பரியமான எண்ணல் முறையை அடிப்படையாகக் கொண்டு உருவாகியுள்ளது. மனித சமூகமானது தன் வளர்ச்சிப்போக்கில் எண்ணல், முகத்தல், நீட்டல் என மூன்று வகையான அளவை முறைகளையும் காலத்தைக் கணக்கிடும் முறையையும் உருவாக்கிக் கொண்டது.

இவற்றுள் எண்ணல் அளவை முறையின் தொடக்கமாகக் கோடுகளையும், புள்ளிகளையும் இட்டு எண்ணும் முறை உருவாகியுள்ளது. செங்குத்து மட்டத்திலோ, கிடைமட்டத்திலோ கோடிட்டும் (I அல்லது -----) புள்ளிகள் இட்டும் எண்ணிக் கணக்கிடும் முறை தொடக்க கால எண்ணல் அளவை முறையாக இருந்துள்ளது. கோடுகளையிட்டு எண்ணும் முறை சங்ககாலத் தமிழகத்தில் வழக்கில் இருந்துள்ளதை, சங்க இலக்கியங்கள் வாயிலாக அறிய முடிகிறது.

தலைமகன் தன்னைப் பிரிந்து சென்ற நாளில் வீட்டுச் சுவரில் கோடிடுகிறாள் தலைவியொருத்தி. அன்று தொடங்கி நாள்தோறும் கோடு வரைவது தொடர்கிறது. பிரிவுத்துயர் மேலோங்கிய நிலையில், தலைவன் தன்னைப் பிரிந்து சென்று எத்தனை நாட்களாகிவிட்டன என்பதை அக்கோடுகளை எண்ணிப் பார்த்துக் கலங்குகிறாள் தலைவி. இச்செய்தியைப் பின்வருமாறு அகநானூறு குறிப்பிடுகிறது.

'...சேட்புலம் படர்ந்தோர்

நாள்இழை நெடுஞ்சுவர் நோக்கி நோய்உழந்து' (அகம் 61:3-4)

தன்னைப் பிரிந்த தலைவி பிரிவுத்துயர் மேலிட இல்லத்தில் என்ன நிலையில் இருப்பாள் என்று எண்ணிப் பார்க்கிறான் தலைவனொருவன். தான் பிரிந்து சென்று எத்தனை நாட்களாகி விட்டன என்பதைக் கண்டறிய சுவரில் போட்ட கோடுகளைத் தலைவி எண்ணிப் பார்க்கும் காட்சி அவனுள்ளத்தில் தோன்று வதை,

'சோனுறை புலம்பி நாள்முறை இழைத்த

திண்சுவர் நோக்கி நினைந்த' (அகம் 289 : 9-10)

என்று அகநானூறு குறிப்பிடுகிறது. தலைவியொருத்தி பிரிவுத் துயரால் கண்ணீர் வடிய வீட்டுச்சுவரில் கோடு கிழித்து எண்ணும் காட்சியை,

'............ ஆய்கோ டிட்டுச்

சுவர்வாய் பற்றும்..............'

*என்று குறுந்தொகை **(358 : 2-3)** குறிப்பிடுகிறது. சங்க காலத்திற்குப் பின்னும் இவ்வழக்கம் தொடர்ந்துள்ளது. சுவரில் இட்ட கோடு களைத் தொடர்ந்து எண்ணிப் பார்த்ததால் தலைவியின் விரல்கள் தேய்ந்து போன நிலையை, 'நாள் ஒற்றித் தேய்ந்த விரல்' என்று திருக்குறள் **(1261)** குறிப்பிடுகிறது.*

★★★

கோடுகளை எண்ணல் அளவைக்கு பயன்படுத்தும் முறையை ஏட்டுக்கல்வி பெறாதவரும் கூட எளிதில் அறிந்துகொள்ள முடியும். ஒரு குடும்பத்தினரின் ஆடைகளை அடையாளம் காண இடும் அடையாளக் குறிகளை அக்குடும்பத்தில் இருந்து பிரிந்து சென்றவர்களுக்கு சிற்சில மாறுதல்களுடன் இவர்கள் பயன்படுத்து கின்றனர். இது இவர்களது வகைப்படுத்தும் திறனை வெளிப் படுத்துகிறது.

தமிழகக் கிராமப்புறங்களில் வீடுதோறும் சென்று பால், மோர் விற்பவர்கள் சென்ற நூற்றாண்டின் நடுப்பகுதிகளிலும் கூட இம்முறையைப் பயன்படுத்தியுள்ளனர். இவர்களில் பெரும் பாலோர் ஏட்டுக்கல்வி பெறாதவராவர்.

பால் அல்லது மோர் வழங்கிய நாட்களைக் கணக்கிட அவற்றை வாங்கியோரின் வீட்டுச் சுவரில் கோடு அல்லது புள்ளியிடுவர். இவ்வாறு கோடுகள், புள்ளிகள் இட்டு எண்ணும் பாரம்பரியமான எண்ணல் முறையை துணிகளின் உரிமையாளரை அடையாளம் காண உதவும் அடையாளக் குறியாக வண்ணார்கள் மாற்றியமைத்துள்ளனர். எண்ணையும் எழுத்தையும் குறியாக இடுவதைவிட இவ்வாறு கோடும் புள்ளியும் இடுவது எளிதானது. இவை வளைவு சுளிவு இல்லாதவை.

வீடுகளில் எடுத்து வந்த அழுக்குத் துணிகளில் குறிபோட சேத்தாங் கொட்டை (சேரன் கொட்டை) சேங்கட்டை என்ற மரத்தின் காயைப் பயன்படுத்தி வந்தனர். 'சேம்பார்பஸ் அன காடுகலும்' என்பது இதன் தாவரவியல் பெயராகும். இந்தியா மற்றும் தென்கிழக்கு ஆசிய நாடுகளில் இம்மரம் வளரும். இம்மரத்தின் காய் உலரும்போது வெளி உறையில் கருவண்ணச் சாறு உருவாகும். காயை ஊசியால் குத்தி, அக்காயில் இருந்து வடியும் கருநிற திரவத்தைத் துணிகளின் மூலையில் புள்ளியாகக் குத்தியும் கோடாக இழுத்தும் அடையாளமிட்டுள்ளனர். எழுதப் படிக்கத் தெரியாத நிலையில் கோடுகள், புள்ளிகள் என்பனவே அவர்கள் இடும் அடையாளங்களாக அமைந்தன. இவ்வாறு அடையாளம் இட்டவுடன் வெற்றிலைக்குத் தடவும் சுண்ணாம்பை அதன் மீது தேய்த்துவிட்டால் அது என்றுமே மங்காது இருக்கும். குறிபோடும் மை வந்த பின்னர், இது மறைந்துவிட்டது.

உவர் முக்குதல்

அழுக்குத் துணிகளை நீரில் முக்கி, கல்லில் அடித்துத் துவைத்த பின்னர் உவர்மண் கரைசலில் முக்கி எடுத்து முறுக்கிப் பிழிவர். துணிகளை வெளுப்பதில் உவர்மண்ணைப் பயன் படுத்தும் செயல் பழமையான ஒன்று. காழியர் (வண்ணார்) உவர்மண் எடுத்துச் சென்றதை அகநானூறு (89:7-8) குறிப் பிடுகிறது. 'வவ்வுவர்ப்பு' என்று உவர்மண்ணை அகநானூறு சுட்டுகிறது. பிற்காலச் சோழர் காலத்திய பெரிய புராணம், சேரமான் பெருமாள் நாயனார் யானை மீது உலா வரும்போது, 'உவர்மண் பொதி சுமந்து ஓர் வண்ணான் முன்னே வரக் கண்டார்' என்று குறிப்பிடுகிறது. இவரைச் சிவனடியார் என்று கருதி சேரமான் பெருமாள் நாயனார் கும்பிட்டமையால் 'வண்ணானைக் கும்பிட்டார்' என்ற பெயர் அவருக்கு ஏற்பட்டது. இப்பெயர்

சோழர் காலத்தில் வழக்கில் இருந்ததைக் குலோத்துங்கச் சோழனின் அதிகாரி ஒருவன் 'வண்ணானைக் கும்பிட்டார்' என்று அழைக்கப் பட்டதிலிருந்து அறிய முடிகிறது.

ஒவ்வொரு வட்டாரத்திலும் சில குறிப்பிட்ட பகுதியிலிருந்து பணம் செலுத்தியும், கட்டணமின்றியும் உவர்மண் எடுத்து வந்துள்ளனர். உவர்மண் கரைசலில் துவைத்த துணிகளை முறுக்கி, பின் வெள்ளாவிப் பானையில் வைப்பர்.

உவர்மண்ணுடன், சாணிக்கரைசலும் பயன்படுத்தப்பட்டு உள்ளது. சின்னணைஞ்சி என்ற வண்ணார் சமூகப் பெண்ணை மையமாகக் கொண்ட சின்னணைஞ்சி கதைப்பாடல்,

நீரில் அடித்துச் சாணகமம் மூட்டி
சாணகமும் உவர் மண்ணும் முறிக்கி
சாயமுங் கொட்டி வெள்ளாவியில் வைத்தாள்

என்று சின்னணைஞ்சாளின் செயலைக் குறிப்பிடுகிறது. கதைப் பாடல் கூறும் இச்செய்தி உண்மை என்பதையும், மாட்டுச் சாணம் மட்டுமின்றி ஆட்டுப் புழுக்கையும் பயன்படுத்தப்படும் என்பதையும் கள ஆய்வில் அறியமுடிந்தது.

அழுக்குத் துணிகளை மட்டுமின்றி நெய்து வந்த புதிய பருத்தித் துணிகளை வெள்ளை நிறமாக்கும் பணியிலும், அவற்றிற்கு நீல நிறச் சாயம் ஏற்றும் பணியிலும் வண்ணார்கள் ஈடுபட்டிருந்தனர். 'காரிக்கன்' அல்லது 'காரிக்கம்' என்றழைக்கப் படும் புதிய துணியை அதன் பழுப்பு நிறம் போக்கி வெண்மை யாக்க, மாடு மற்றும் கழுதைச் சாணக் கரைசலில் ஊறவைத்துப் பின் உவர் முறுக்கி வெள்ளாவி வைப்பர். இது பெரிய அளவில் வண்ணார்களால் நிகழ்த்தப்பட்டு வந்தது என்பதை ஆனந்தரங்கர் நாட்குறிப்பால் அறிய முடிகிறது.

18ஆம் நூற்றாண்டில் புதுச்சேரியில் செயல்பட்ட பிரெஞ்சுக் கிழக்கிந்தியக் கூட்டுறவு நிறுவனம், நெசவுச்சாலைகளை நிறுவி, அதில் நெசவாளர்களைப் பணிக்கமர்த்தியது. இங்கு உற்பத்தி யாகும் துணிகளின் பழுப்பு நிறத்தைப் போக்கி வெண்ணிற மாக்கவும், கஞ்சிபோடவும், வண்ணார்கள் பணிக்கு அமர்த்தப் பட்டிருந்தனர். வண்ணான்துறை என்ற இடத்தில் நூற்றுக்கணக்கில் வண்ணார்கள் இப்பணியில் ஈடுபட்டு வந்தனர். புதுச்சேரி

கடலூர் சாலையில் தேங்காய்த்திட்டுக்குச் சாலை பிரியும் பகுதியில் உள்ள இன்றைய வண்ணான் துறை பிரெஞ்சுக்காரர்களால் இதற்காக அமைக்கப்பட்டதுதான். வண்ணார்களின் இப்பணியை மேற்பார்வையிட அவ்வப்போது ஆனந்தரங்கப் பிள்ளை சென்று வந்ததை அவரது நாட்குறிப்பால் அறிய முடிகிறது.

> துணி வாங்கும் வர்த்தகர்கள் ''கஞ்சி பிடிக்கவில்லை யென்றும் .... சலவை நன்றாயிருக்கயில்லை யென்றும்'' ஒருமுறை குறை கூறியதாக ஆனந்தரங்கப் பிள்ளை எழுதியுள்ளார் (கோபால கிருஷ்ணன், *2004:318-319*).

இப்பணியில் ஈடுபட்ட வண்ணார்களுக்கு ஒழுங்காக ஊதியம் வழங்கப்பட்டதாகத் தெரியவில்லை. 22.08.1751இல் பிரெஞ்சு துரையுடன் வண்ணான்துறைக்கு ஆனந்தரங்கபிள்ளை சென்ற போது நடந்த நிகழ்ச்சியொன்றை,

> சாயங்காலம் வண்ணாந்துறைக்கு போனவிடத்திலே துரை அவர்களும் வந்தார்கள். அவரிடத்திலே வண்ணார கெட்டணைக்காறர் வேலை செய்கிற பேர் வந்து அரிசி அகப்படயில்லை, பட்டினியே கிடக்கிறோமென்று கூவினார்கள். அவர்களையெல்லாம் துரத்தி அடிக்கச் சொன்னார்கள். அதன் பேரிலே வண்ணார் கூலிக்காரர் யிரனூரு பேர் மட்டுக்கும் வேலை செய்யுற பேருக் குள்ளே னாற்பது ஆள் பிறப்பட்டு வெளியே போய் ஆட்டுச் சாணிக்கும் தழைக்கும் போனார்கள். அவர்கள் யென்னத்துக்குப் போகிறது. கூலி ஆளுகள் கையிலே அழைப்பிச்சுக் கொள்ள போகாதாயென்று கேட்டார். அதுக்கு அவர்கள் சொன்னது... அரிசி குறைச்சலான படியினாலே, கூலி ஆளுகளுக்கும் குடுத்து எங்களுக்கும் ஒன்றும் நிறுவாகத்துக்கு வரமாட்டாது. அதினாலே தானே நாங்கள் தானே போய் ஒரு நாளையிலே தழையை வெட்டிக் கொண்டு வரு ஓம். அப்படி அல்ல வென்று நீங்க இதுக்கு வேறே கூலி குடுத்து அழைப்பிச்சுக் குடுத்தால் நாங்கள் ஏன் போறோ மென்று சொன்னார்கள். அந்த வார்த்தை சொன்ன உடனே, கேட்டும், கேளாத

போலேயும் சாடையாய்ப் பிறப்பட்டுப் போனார்.
நானும் பிறப்பட்டு காசா கச்சேறியும் வந்தேன்.

என்று எழுதியுள்ளார் (கோபால கிருஷ்ணன், 2004:163-164). வண்ணார்கள் பறிக்கப் போன தழை ஆவாரம் தழையாக இருக்கு வாய்ப்புள்ளது. ஆவாரம் தழை, பூ, காய் ஆகியனவற்றை நன்றாக இடித்துச் சாறெடுத்து அதைச் சாண நீருடன் கலந்து, அக்கலவையில் புதிய பழுப்புத் துணிகளையும், அழுக்கான வெள்ளைத் துணிகளையும் முக்கி எடுத்து வெளுத்தால் நல்ல வெண்மை நிறமடையும். இது கிராமப்புற வண்ணார்களிடம் நிலவிய பழக்கம். (தகவல்: த.ம.பிரகாஷ்).

வெள்ளாவி

வெள்ளாவி வைத்தலில் வட்டார வேறுபாடு உண்டு. ஒரே அளவிலான மூன்று பானைகளை ஆய்த எழுத்துப்போல் அடுத் தடுத்து அடுப்பில் வைத்து மண் பூசி நிரந்தரமாக வைத்துவிடுவர். உவர் முக்கிய துணிகளை முறுக்கி அதன்மேல் அடுக்கி பெரிய முரட்டுத் துணியால் மூடிவிடுவர். பானைகளில் உள்ள நீர் ஆவியாகி துணிகளின் ஊடாகப் பரவி அழுக்கை நீக்கும். இது பிளிச்சிங் செய்வது போன்றது. உவர்மண் வெந்நீரில் சிறிது சிறிதாகக் கரைந்து பானையில் சேரும்.

வெள்ளாவிப் பானையின் மீது உவர் முக்கிய துணிகளை அடுக்கி வைப்பதிலும் நுட்பமுண்டு. மிகுதியாக அழுக்கடைந்த துணிகளை முதலில் வைப்பர். இதனால் நீராவி அதிக நேரம் படிந்து அழுக்கு கரைந்து பானையில் விழும்.

குறைந்த அழுக்குள்ள துணிகளை இரண்டாவதாக வைப்பர். ஏனெனில் அதிக அளவிலான நீராவி தேவைப்படாததுடன், அழுக்கு மிகுந்த துணிகளில் நீராவி படிவதால் ஏற்படும் அழுக்குக் கரைசல் இவற்றில் படியாது.

மூன்றாவது அடுக்கில் வெண்ணிறத் துணிகளான வேட்டி, வெள்ளைச்சேலை, துண்டு ஆகியனவற்றை வைப்பர். இதனால் வண்ணத்துணிகளின் சாயம் வெண்மையான துணிகளில் படியும் வாய்ப்பில்லாது போகும்.

உவர் முக்குதல், வெள்ளாவி வைத்தல் என்ற இவ்விரு தொழில்நுட்பத்திலும் இரு உண்மைகள் புதைந்துள்ளன. உவர் முக்குதலானது இன்றைய பிளிச்சிங் முறைக்கு இணையானது. உவர் முக்கப்பட்ட துணிகளின் மீது படியும் நீராவி பாக்டிரியாக்களை அழித்தொழிக்கிறது.

வெள்ளாவி நீரை இடுப்பு மற்றும் கால்வலி உள்ளவர்கள் வலியுள்ள இடத்தில் ஊற்றினால் வலி நீங்கிவிடும் என்பதால் கிராமத்தினர் இங்கு வந்து, பொறுக்கும் சூட்டில் ஊற்றிக் கொள்வர். ஈரோடு மாவட்டத்தில் கால்நடை வளர்ப்பிலும் வேளாண்மையிலும் பயன்படுத்தும் மூங்கில் பிரம்பினால் செய்யப்பட்ட கூடையை, வெள்ளாவிப் பானையில் இருந்து வெளியாகும் நீராவியில் காட்டினால் அது இற்றுப் போகாது என்ற நம்பிக்கை உள்ளது. கழுதைச் சாணத்தை வெள்ளாவித் தண்ணீரில் சுட வைத்து, குழந்தை பெற்ற பெண்கள் முகம் கழுவினால் ஜன்னிக் காய்ச்சல் வராது என்ற நம்பிக்கையும் உள்ளது.

திருவண்ணாமலைப் பகுதிகளில் வண்ணார்களை மையமாகக் கொண்ட புராணக் கதையொன்று, சில மூலிகைகளை வெள்ளாவிப் பானையில் இட்டு வைத்தால், துணிகள் நறு மணத்துடன் விளங்கும் என்றும், அரச குடும்பத்தின் துணிகளுக்கு இம்முறை பயன்படுத்தப்பட்டது என்றும் குறிப்பிடுகிறது.

டெரிலின், டெரிகாட்டன், நைலான் துணிகள் பரவலாக அறிமுகமான பின்னர் பருத்தித் துணிகள் பயன்பாடு குறைந்து விட்டது. மேற்கூறிய துணிகளை வெள்ளாவியில் வைத்தால் அவை நைந்து போகும் என்பதால், வெள்ளாவி வைத்தல் பெரும்பாலும் மறைந்துவிட்டது என்றே கொள்ளலாம்.

வெள்ளாவிப் பொங்கல்

துணிகளின் அழுக்கைப் போக்க உதவும் முக்கிய தொழிற் கருவியான வெள்ளாவிப் பானைக்குப் பொங்கலிட்டு வழிபடும் வழக்கம் வண்ணார் துரும்பர் ஆகிய இரு பிரிவு வண்ணார்களிடமும் முன்னர் பரவலாக இருந்துள்ளது. தம் தொழிலுக்கு உறுதுணையாய் இருக்கும் மாடுகளைச் சிறப்பிக்கும் நோக்கில் உழவர்கள் கொண்டாடும் மாட்டுப் பொங்கலை ஒத்ததே வெள்ளாவிப் பொங்கல்.

இது தை மாதம் முதல் நாளன்று நிகழும். தைப்பொங்கல் திருநாள் முடிந்து எட்டாவது நாள் திருநெல்வேலி, தூத்துக்குடி மாவட்டங்களில் வெள்ளாவிப் பொங்கல் வைப்பது வழக்கமாயிருந்தது. சில நேரங்களில் ஒன்பதாவது நாளில் வைப்பது முண்டு.

வெள்ளாவி அடுப்புக்கு முன் அடுப்புக்கூட்டி அல்லது கற்களை வைத்து பானையில் சர்க்கரைப் பொங்கல் வைப்பர். தை முதல் நாள் தொடங்கி வெள்ளாவிப் பொங்கல் முடியும் வரை வீட்டைத் தூய்மையாக வைக்கும் நோக்கில், வீடுதோறும் சென்று அழுக்கெடுப்பதை இந்நாட்களில் நிறுத்திவிடுவர்.

வெள்ளாவிப் பொங்கலையொட்டி புது வெள்ளாவி அடுப்பு வைப்பதும், பழைய அடுப்பைப் பழுது பார்ப்பதும் நிகழும்.

புது வெள்ளாவி அடுப்பு வைத்தால் அதன் முன் பீடம் அமைத்து வெற்றிலை பாக்கு, பழம், தேங்காய் ஆகியனவற்றை வைத்து வழிபடுவது கன்னியாகுமரி மாவட்டத்தில் இருந்துள்ளது. இவ்வழிபாட்டில் சூடம் கொளுத்தி, வெள்ளாவிப் பானைக்கு தீப ஆராதனை செய்துள்ளனர். இவ்வழிபாடு 'வெள்ளாவி மாடன் பூசை' எனப்பட்டது.

வெள்ளாவி அடுப்பின் பயன்பாடு மறைந்து போன நிலையில், வெள்ளாவிப் பொங்கலும் வெள்ளாவி மாடன் பூசையும் பெரும்பாலும் நின்றுபோய்விட்டன.

பசை போடல்

விற்பனைக்கு அனுப்பப்படும் மற்றும் வெளுத்த ஆடைகள், மடிப்புக் கலையாமலும், விரைப்பாகவும் இருக்கப் பசை தோய்த்தல் உதவுகிறது. தற்போது மரவள்ளிக்கிழங்கு மாவிலிருந்து எடுக்கப்படும் ஸ்டார்ச் இதற்குப் பயன்படுத்தப்படுகிறது. 'கஞ்சி போடுதல்' என்றும் பசை போடுதலைக் குறிப்பர். இம்முறை தமிழர்களிடம் பாரம்பரியமாக நிலவிய ஒன்று.

'நலத்தகைப் புலைத்தி பசை தோய்த் தெடுத்து'
(குறுந்தொகை 330:1).

'பசை விரல் புலைத்தி நெடிது பிசைந்தூட்டிய பூந்துகில்'
(அகம் 387:6-7).

'பசை கொல் மெல் விரல் பெருந்தோள் புலைத்தி'
(அகம் 34:11).

'அறனில் புலைத்தி எல்லித் தோய்த்த புகாப்புகர்
கொண்ட புன்பூங் கலிங்கமொடு'
(நற்றினை 90:3-4).

என்ற சங்க இலக்கிய வரிகள் ஆடைக்குப் பசை தோய்த்த மைக்குச் சான்றாகின்றன.

தற்போது பயன்படுத்தப்படும் ஸ்டார்ச்சுக்குப் பதிலாக நன்றாகக் கழுவிய பச்சரிசியை உரலில் இட்டு அரைத்து மாவாக்கி அதைக் கஞ்சியாகக் காய்ச்சிப் பசை போடப் பயன்படுத்தி வந்துள்ளனர்.

இக்கஞ்சியைப் 'பருமுறச் சேலை' எனப்படும் முரட்டுச் சேலையில் ஊற்றிக் கொண்டு சென்றதைப் 'பருக்கன் பருமுறச் சேலையைக் கீழே விரித்து பச்சரிசிக் கஞ்சி வைத்து முடிந்து கொண்டாளே' என்று சின்னணைஞ்சாள் கதைப்பாடல் குறிப் பிடுகிறது.

பிரெஞ்சு கிழக்கிந்தியக் கூட்டுறவு நிறுவனம், தான் உற்பத்தி செய்த ஆடைகளுக்குக் கஞ்சிபோட வண்ணார்களைப் பயன் படுத்தியதை ஏற்கெனவே கண்டோம். கஞ்சி சரியாகப் போடாமை குறித்து கும்பினி வர்த்தகர்களுக்கும், பிரெஞ்சு அதிகாரிகளுக்கும் இடையில் நடந்த உரையாடலை ஆனந்தரங்கப்பிள்ளை விரிவாக எழுதியுள்ளார். 1500பேர் வரை வேலை செய்து ஆயிரம் நெடு முளத்துக்கு கஞ்சி போட்டதாகவும், பின்னர் அதே அளவுத் துணிக்கு 'அறனூரு', 'யெழுநூறு' பேர் மட்டும் வேலை செய் வதால் இக்குறைபாடு ஏற்பட்டதாகவும் ஆனந்தரங்கப்பிள்ளை குறிப்பிட்டுள்ளார் (கோபால கிருஷ்ணன் 2004:318-319)

இத்தகைய தொழில்நுட்பத்தின் துணையுடன் வண்ணார்கள் அழுக்கை நீக்கிக் கொடுத்தாலும் பழைய சமூக அமைப்பில், அவர்களது பணி அவமதிப்புக்கு ஆளாகியுள்ளது. அவர்கள் அழுக்கை நீக்கித் தரும் துணிகள் மீது தண்ணீர் தெளித்து, தீட்டுக் கழித்த பின்னரே பிராமணர்களும் வேளாளர்களும் வெளுத்த துணிகளைப் பயன்படுத்தியுள்ளார்கள். இது சாதி உயர்வின்

அடையாளம் என்று கருதியதின் அடிப்படையில் பிற இடை நிலைச் சாதியினரும்கூட இச்செயலை மேற்கொண்டுள்ளனர்.

தொழில்வழி நோய்களுக்கான மருந்து

சேற்றுப் புண், மூச்சிறைப்பு ஆகியன வண்ணார்களின் தொழில்வழி நோய்களாகும். இவற்றுக்கு அவர்கள் பயன்படுத்திய பாரம்பரிய மருந்து குறித்துத் தற்போது எதுவும் தெரியவில்லை. நீர்நிலைகளில் செம்புப் பூச்சி அல்லது ஈர்ப்பேன் என்ற சிறிய பூச்சிகள் காணப்படும். இவை கடித்த இடத்தில் நீண்ட நேரம் கடுப்பு இருக்கும். நீர்நிலைகளில் காணப்படும் 'உரம் பூட்டுத் தழை' என்ற நீர்ச்சத்துள்ள தழையை நசுக்கித் தேய்த்தால் கடியின் வலி நீங்கும்.

அறியப்படாத தொழில்நுட்பங்கள்

துணிகளை வெளுக்கும் தொழிலில் மட்டுமின்றி, துணிகளில் வண்ணம் தீட்டும் பணியிலும் வண்ணார்கள் ஈடுபட்டிருந்தனர். திருவரங்கம் கோயில் பணிகள் முட்டின்றி நடக்க அந்தணர்களை உள்ளடக்கிய பத்துக் குழுக்களையும், அந்தணர் அல்லாதோரை உள்ளடக்கிய பத்துக் குழுக்களையும் இராமனுசர் ஏற்படுத்தினார். இக்குழுக்கள் 'கொத்து' என்று அழைக்கப்பட்டன. ஒவ்வொரு கொத்துக்கும் அவை செய்யவேண்டிய பணிகள் வரையறுக்கப் பட்டன. இக்கொத்துகளில் ஏழாவது கொத்தில் வண்ணார்கள் இடம்பெற்றிருந்தனர். ஏழாம் கொத்தினரான வண்ணார்களின் பணி குறித்து,

> இவர்கள் பெருமாளுக்குச் சாற்றப்படும் பரிவட்டம் முதலிய ஆடைகளைத் துவைத்து உலர்த்துவர். திருவாரா தனத்தின் போது பயன்படுத்தப்படுந் தட்டுகள் முதலிய வற்றை மூடும் துணி வகைகளை வெளுத்துச் சுத்தம் செய்வர். மண்டபங்களின் கூரைகளை அழகுபடுத்தும் துணிகளில் வண்ண ஓவியம் தீட்டுவர்.

என்று அ.கிருஷ்ணமாச்சார்யர் (2005:323) குறிப்பிடுகிறார். தமிழ்க் கல்வெட்டுகளில் 'வண்ணத்தார்' என்று வண்ணார் குறிப்பிடப்படுகின்றனர். வண்ண ஓவியம் தீட்டும் மேற்கூறிய பணியின் அடிப்படையில் இப்பெயர் அவர்களுக்கு இடப்பட்டிருக்

கலாம் என்ற கருதுகோளை இச்செய்தியின் அடிப்படையில் உருவாக்க முடிகிறது. இது குறித்து மேலும் விரிவாக ஆராய்ந்தால் வண்ணார்கள் ஓவியர்களாக விளங்கியதையும், அது தொடர்பான தொழில்நுட்பத்தையும் அறிய இயலும்.

தையற் கலைஞர்களாக விளங்கிய பாணர்களைப் போன்று, வண்ணார்களும் ஆடை தைத்துக் கொடுத்துள்ளனர். இது குறித்தும் விரிவாக அறியத் தரவுகள் கிட்டவில்லை.

பழிவாங்கும் தொழில்நுட்பம்

வண்ணார்கள் பலவிதமான சமூக ஒடுக்குமுறைகளுக்கும் அவமதிப்புக்கும் ஆளாகி வந்தனர். இன்றும் கூட ஆங்காங்கே இவை நிகழ்கின்றன.

பழைய கிராம சமூக அமைப்பில் 'ஊர்ச்சோறு' எடுத்தல் என்ற பெயரில் தாம் துணி வெளுத்துக் கொடுக்கும் வீடுகளுக்குச் சென்று சோறு வாங்குவது வழக்கம். அப்போது சில வீடுகளில் பழைய சோறு போடுவதை வழக்கமாகக் கொண்டிருப்பர். சிலர் சோறு மட்டும் போடுவர். குழம்போ, தொடுகறியோ தருவது கிடையாது. சிலர் ஏளனமாக ஏதாவது கூறியவாறே அலுத்துச் சலித்து, பிச்சைக்காரரைப் போல நடத்துவதும் உண்டு.

சில நேரங்களில் ஊருக்கு வெளியில் இருக்கும் வெள்ளாவிப் பானைகளை உடைத்துவிடுவர். வண்ணார் வளர்க்கும் கழுதை பயிரில் மேய்ந்துவிட்ட காரணத்திற்காக அதை நையப் புடைத்து விடுவர். அடியின் கடுமையினால் உடனடியாகவோ, மறுநாளோ கழுதை இறந்துவிடும். இவற்றைச் செய்தவர்கள் யார் என்று தெரிந்தாலும் அவர்கள் மீது நடவடிக்கை எதுவும் எடுக்க முடியாத, வாயில்லாப் பூச்சிகளாக வண்ணார்கள் வாழ்ந்தனர்.

ஆனாலும் 'நலிந்தோரின் ஆயுதம்' என்று கூறும் வகையில் வண்ணார்களும் சில வழிமுறைகளைக் கையாண்டு தம் எதிர்ப்பை வெளிப்படுத்தியுள்ளனர். இவ்வெதிர்ப்பு அவர்களது தொழில் சார்ந்த பழிவாங்கும் செயலாக வெளிப்படும். இதுவும் கூட சில தொழில்நுட்பங்களை உள்ளடக்கியது. அக்காலத்திய உடைப் பழக்கத்தைக் குறித்து அறிந்த பின்னரே வண்ணார்களது பழி வாங்கும் தொழில்நுட்பத்தைப் புரிந்து கொள்ள முடியும்.

பழைய கிராமச் சமூக அமைப்பில் வளம் படைத்த குடும்பத்துப் பெண்கள் கூட பெரும்பாலும் உள் ஆடையின்றியே இரவிக்கை அணிவர். சிலர் வெளியில் செல்லும் போது மட்டுமே இரவிக்கை அணிவர். ஆண்களுக்கு உள்ளாடையாகக் கௌபீணம் உண்டு. இதற்காக கச்சைத் துணியை எடுத்து நான்கு பக்கமும் விளிம்புகளை மடித்துத் தைத்து வைத்திருப்பர். உள்ளூரில் கிழிந்த துணிகளைக் கௌபீணமாகப் பயன்படுத்தினாலும் வெளியூரில் மேற்கூறிய முறையில் அமைந்த கௌபீணத்தையே பயன் படுத்துவர்.

தம்மைத் தொடர்ச்சியாக அவமதித்தும், பொருள் இழப்புக்கு ஆளாக்கியும் வருவோரைப் பழிவாங்க மேற்கூறிய ஆடைகள் வண்ணார்களுக்கு உதவின. இதன்படி 'பூனைக்காய்ச்சல்' (பூனைக் காலி, பூனைப் பிடுக்கன், Mueuna Prusita) பழத்தோலினால் அல்லது இலையினால் இவ் ஆடைகளின் முன் பகுதியின் உட்புறத்தில் கரைபடாமல் தேய்த்து, மடித்துக் கொடுத்துவிடுவர். இவ் ஆடையை அணிந்தபின் நமைச்சல் ஏற்பட்டுச் சொறியத் தூண்டும். ஆனால் பலர் முன்னிலையில் வெளிப்படையாகச் சொறிய முடியாது. மறைவிடத்தைத் தேடி ஓடவேண்டும். நமைச்சலுக்கான காரணத்தை அறிய முடியாது. அதைப் பொறுத்துக் கொள்வதைத் தவிர வேறுவழி கிடையாது. ஏதோ அரிப்பு என்று எண்ணுவர். சிலர் துவைத்த ஆடையால் வந்த கோளாறு என்று கருதி மறுநாள் கேட்டால், காயப்போட்ட இடத்தில் ஏதோ குறை இருந்திருக்கும் என்று கூறிச் சமாளித்துவிடுவர்.

வெளுப்பதற்கு எடுத்து வந்த துணி எதிர்பாராது கிழிந்து விட்டாலோ, நிறம் மங்கிப் போனாலோ சிலர் கடுமையாகத் திட்டுவர். சில நேரங்களில் அடியும் கூடக் கிடைக்கும். இவர் களைப் பழிவாங்க, அவர்கள் வெளுக்கப்போடும் நல்ல ஆடை ஒன்றை வெள்ளாவித் தண்ணீரில் இரண்டு நாட்கள் வரை ஊறப் போட்டுப் பின் அலசிக் காயவைத்து மடித்துக் கொடுத்துவிடுவர். அதை அணிந்த பின் சுவரில் சுண்ணாம்பு உதிர்வதைப்போல் ஆங்காங்கே ஆடையில் பொத்தல் ஏற்படும். அதட்டிக் கேட்டால், நான் கொடுக்கும்போது நல்லாத் தானே கொடுத்தேன். துணியில் தான் ஏதோ குறை என்று கூறி விடுவார்கள்.

தமிழ்நாட்டின் பல பாரம்பரியமான தொழில்களைப் போன்றே வண்ணார்களின் துணிவெளுக்கும் தொழிலும் பல்வேறு

தொழில்நுட்பங்களை உள்ளடக்கியுள்ளதைக் கண்டோம். ஆயினும் தமிழ்நாடு என்ற பரந்த நிலப்பரப்புக்கு உரியதாக இச்செய்திகளைக் கருதிவிட முடியாது. ஏனெனில் நாட்டார் வழக்காறுகளின் அடிப்படைப் பண்பான 'வட்டாரத் தன்மை' நாட்டார் தொழில்நுட்பத்துக்கும் உண்டு. தமிழ்நாட்டின் பல்வேறு வட்டாரங்களில் கள ஆய்வுகள் நிகழ்த்தப்பட்ட பின்னரே இன்னும் விரிவான செய்திகளை நாம் அறிய முடியும்.

★

4
வாழ்க்கைவட்டச் சடங்குகளும் வண்ணாரும்

முடிதிருத்தல் என்பது நாவிதரும், துணிவெளுத்தல் என்பது வண்ணாரும் மேற்கொள்ளவேண்டிய குடி ஊழிய முறை என்பது தமிழகக் கிராம சமுதாயங் களிலும், சிறு நகர்ப்புறங்களிலும் நிலவும் நடை முறையாக இன்றும் உள்ளது. ஆனால் இப்பணி களுடன் நின்றுவிடாமல் பல்வேறு சாதியினரின் வாழ்க்கை வட்டச் சடங்குகளில் இவ்விரு தொழில் மேற்கொள்வோருக்கென்று சில பணிகள் வரை யறுக்கப்பட்டுள்ளன. இப்பணிகளே இவ்விரு சாதி யினரின் சமூக இழிவுக்குக் காரணமாய் அமை கின்றன. அத்துடன் இப்பாரம்பரியத் தொழிலில் இருந்து விடுபடமுடியாது தடுப்பதிலும் முக்கிய பங்கு வகிக்கின்றன. சாதிகளுக்கென்று தனித்தனி வண்ணார் களையும், நாவிதர்களையும் நியமிக்கும் வழக்கத் திற்குத் துணை நிற்கின்றன.

எந்த ஒரு சாதியும் அதிக எண்ணிக்கையில் வாழும் பகுதிகளில் சாதி நாவிதரையும், சாதி வண்ணாரையும் நியமிக்கும் வழக்கம் இன்றும்கூடத் தொடர்கிறது.

இக்குடி ஊழியக்காரர்கள் ஊரை விட்டு வெளியேறிப்போனால், வேறு ஊர்களில் இருந்து தேடிப் பிடித்து, இருப்பிடம் தந்து வாழவைக்கும் பழக்கம் உள்ளது. அதே நேரத்தில் நகர்ப்புறத் தொடர்பு காரணமாக நாவிதர்களின் பணியும், சலவைத்தூள், மின்சார இஸ்தரிப் பெட்டி, ஓரளவு சலவை இயந்திரம் ஆகியன வற்றின் அறிமுகத்தால் வண்ணாரின் பணியும் தேவையற்றதாய் மாறிவரும் கிராமப்புறச் சூழலில், இவ்விரு பணியாளர்களையும் தேடிப் பிடித்துக் குடியமர்த்துவது இவர்களின் தொழில்சார் பணியைப் பெறுவதற்காக அல்ல. வாழ்க்கை வட்டச் சடங்குகளில் சில சடங்குசார் பணிகளை மேற்கொள்வதற்காகத்தான். ஒவ்வொரு சாதியும் தனக்கென சில வாழ்க்கை வட்டச் சடங்குகளைக் கொண்டுள்ள நிலையில் அவற்றை நடத்தி வைக்க சிலரை நியமிக்க விரும்புகிறது. அத்துடன் அவர்களது பணி தம் சாதிக்கு மட்டுமே கிட்ட விரும்புகிறது. பிற சாதியினருக்கு தம் சாதிக் குடி ஊழியர்கள் பணி செய்வதை விரும்புவதில்லை.

இதில் கொடுமை என்னவென்றால் பல்வேறு மங்கலச் சடங்குகளில் பிற்படுத்தப்பட்ட சாதியினரை, சடங்கு நடத்து வோராகப் பயன்படுத்தி வந்த பல்வேறு சாதியினர், சமூக உயர்வு என்று கருதி பிராமணக் குருக்களைப் பயன்படுத்தத் தொடங்கி யுள்ளனர். ஆனால் இறப்புச் சடங்குகளில் மட்டும் இவ்விரு சமூகங்களின் பணி தொடர்வதை விரும்புகின்றனர். மரபு என்ற பெயரால் இது தொடர்கிறது. (இம்மரபு மீறும் செயலை 'நாசகாரக் கும்பல்' என்ற தலைப்பிலான புதுமைப்பித்தன் சிறுகதை மையமாகக் கொண்டுள்ளது).

தமிழ்நாட்டின் பல்வேறு பகுதிகளிலும் சிற்சில மாறுபாடு களுடன் வாழ்க்கை வட்டச்சடங்குகளில் வண்ணார்களின் பணி குறித்த சில பொதுவான செய்திகளை இனிக்காண்போம்.

மாராயம் சொல்லல்

திருமணமாகி கணவன் வீட்டிற்குச் செல்லும் பெண், கருவுற்ற பின் பேறு காலத்திற்குப் பிறந்த வீட்டிற்கு அழைத்து வரப்படுதல் பொதுவான தமிழ் மரபாக இருந்து வருகிறது.

சென்ற நூற்றாண்டின் நடுப்பகுதி வரை தாம் வாழும் ஊரைச் சுற்றியுள்ள ஊர்களிலேயே திருமண உறவு வைத்துக் கொள்ளும்

வழக்கம் பல்வேறு சாதியினரிடையே இருந்துள்ளது. போக்கு வரத்து வாய்ப்புகள் வளர்ச்சியடையாமை இதற்குக் காரணமாக இருக்கலாம்.

தாய்வீட்டிற்குப் பேறுகாலத்திற்குச் செல்லும் பெண், குழந்தை பெற்றவுடன் அச்செய்தியை அவள் புகுந்த வீட்டிற்கு உடனே தெரிவிப்பது மரபு. இதன் பொருட்டு இச்செய்தியைத் தெரிவிக்க வண்ணார் சமூகத்தையே பயன்படுத்தி வந்துள்ளனர். இவ்வாறு செய்தி சொல்லுதலை 'மாராயம் சொல்லல்' என்று குறிப்பிடுவர். இது பின்வருமாறு தருமபுரி திருவண்ணாமலை மாவட்டங்களில் நிகழ்கிறது.

ஒரு பெண்ணுக்குக் குழந்தை பிறந்ததும் அச்செய்தியை அவளது கணவன் வீட்டாருக்குத் தெரிவிப்பது அவ்வூர் வண்ணாரின் உரிமையாகும். இதன்படி அவரை அழைத்து குழந்தையின் பால், பிறந்த நேரம் ஆகியனவற்றைக் கூறி வழிச் செலவுக்கும் பணமும் கொடுத்து அனுப்பிவைப்பர். அவ்வாறு செல்பவர் அப்பெண் திருமணமாகிச் சென்ற ஊரை அடைந்ததும் நேராக, அவளது கணவன் வீட்டிற்கு சலவைத் தொழில் புரியும் வண்ணார் வீட்டிற்குச் செல்வார். அவரிடம் குழந்தை பிறந்த செய்தியை மட்டும் கூறுவார். அக்குழந்தை ஆணா, பெண்ணா? பிறந்த நேரம் எது? என்ற விவரங்களைக் கூறமாட்டார்.

அவர் உடனே அங்குசென்று, அவ்வீட்டு மருமகளது ஊரிலிருந்து குழந்தை பிறந்த செய்தியைக் கூற அவ்வூர் வண்ணார் வந்துள்ளதாகக் கூறித் திரும்பிவிடுவார்.

அவ்வீட்டுக்காரர்கள், வாசல் தெளித்துக் கோலமிட்டு வைப்பர். உள்ளூர் வண்ணார் வெளியூர் வண்ணாரை அழைத்துக் கொண்டு திரும்பி வருவார். வந்தவுடன் வெளியூர் வண்ணாருக்கு முதலில் தண்ணீரும், அடுத்து மோரும் கொடுத்து உபசரிப்பர். காபி அறிமுகமான பின்னர் காபி கொடுக்கும் பழக்கமும் உருவானது.

பின்னர் வீட்டிற்குள் பாய் விரித்து அதில் அவரை அமரச் செய்வர். அதில் அமர்ந்த பின்னரே அவர் 'நல்ல செய்தி' என்று முதலில் கூறிவிட்டு குழந்தை ஆணா, பெண்ணா என்பதையும் அது பிறந்த நேரத்தையும் தெரிவிப்பார்.

பின் ஊரில் உள்ள பொது நீர்நிலைக்கு அவரை அழைத்துச் சென்று எண்ணெய் தேய்த்துக் குளிக்கச் செய்வர். இதற்குள் கோழி அடித்து விருந்து தயாரிக்கத் தொடங்கிவிடுவர். பெரிய நிலக்கிழார் வீடு என்றால் ஆடு அடிக்கப்படும். வெளியூர் வண்ணாருக்குப் புது வேட்டியும் துண்டும் வழங்கி சிறிது பணமும் கொடுப்பர். தம் பொருளாதார நிலைக்கு ஏற்ப, கோழி, ஆடு, கன்றுக்குட்டி, ஈன்ற பசு என்பனவற்றுள் ஒன்றை அன்பளிப்பாக வழங்குவர். உள்ளூர் வண்ணாருக்கு உணவு மட்டும் கிடைக்கும்; வேறு சிறப்புகள் கிடையாது.

இவ்வழக்கம் திருவண்ணாமலை, வேலூர், விழுப்புரம், தர்மபுரி, கிருஷ்ணகிரி, கோயம்புத்தூர் ஆகிய மாவட்டங்களில் நிலவியுள்ளது. மாராயம் சொல்லுதல் என்ற இரு சொற்களின் கூட்டில் 'மாராயம்' என்பது தொல்காப்பியம் பொருளாதார நூற்பாவில் இடம்பெற்றுள்ளது. 'மாராயம் பெற்ற நெடுமொழி யானும்' என்ற தொடருக்கு (தொல்.பொருள்: 63:5). 'வேந்தனால் வழங்கப்படும் சிறப்பு' என்று உரையாசிரியர்கள் பொருள் கூறுகின்றனர். 'மாராயம்' என்ற சொல் வட்டார வழக்கில் 'நற்செய்தி', 'பெண்ணின் ருதுச் செய்தியை சுற்றத்தார்க்கு அறிவிக்கை' என்ற பொருள் தருவதாக தமிழ் லெக்சிகன் குறிப்பிடுகிறது. மாராயஞ் சொல்லுபவன் என்ற சொல்லுக்கு 'நல்ல செய்தியைக் கூறும் வண்ணான்' என்று பொருள் கூறி இச்சொல்லையும் வட்டார வழக்காக மேற்கூறிய லெக்சிகன் குறிப்பிடுகிறது.

இவற்றின் அடிப்படையில் பார்க்கும்போது நல்ல செய்தியைக் கூறி அதற்கு மாறாகப் பரிசு பெறுவதைக் குறிக்கும் சொல்லாக, 'மாராயம்' என்ற சொல் நீண்ட காலமாக வழக்கில் இருந்துள்ளது என்று கூறமுடியும்.

பூப்புச்சடங்கும் வண்ணாரும்

முதற்பூப்பை சிறுமியொருத்தி அடைந்தவுடன் அச்செய்தியை நெருங்கிய உறவினருக்கு, குறிப்பாகத் தாய்மாமனுக்கு அறிவிக்கும் பணி வண்ணாருக்கு உரியதாகச் சென்ற நூற்றாண்டின் நடுப்பகுதி வரை தென்மாவட்டங்களில் இருந்துள்ளது.

சிறுமியொருத்தி பூப்பெய்தியதும் அச்செய்தி அவ்வீட்டிற்குத் துணிவெளுக்கும் வண்ணார் வீட்டுக்குத் தெரிவிக்கப்படும். அவ்வண்ணாரின் வீட்டிலிருந்து வரும்பெண் பூப்புக்குருதி படிந்த ஆடையைப் பார்த்து, அச்சிறுமி பூப்படைந்துவிட்டாள் என்று உறுதி செய்த பின்னரே அச்செய்தியை உறவினருக்குத் தெரிவிப்பர். முதலில் தாய் மாமனுக்கு இச்செய்தியைத் தெரிவிப்பர். தாய் மாமனுக்கும் ஏனைய உறவினருக்கும் இச்செய்தியை அறிவிப்பது அவ்வீட்டு வண்ணாரின் கடமையாகும்.

நெல்லை மாவட்டத்தில் பூப்புச் சடங்கையொட்டி கும்மி யடிக்கும் பழக்கம் முன்பிருந்துள்ளது. அப்போது பாடப்படும் கும்மிப்பாடலில்,

ஆழந்துறையிலே
அழுக்கெடுக்கிற வண்ணானே
வண்ணானை எங்கேடி
சோபனம் சொல்லிப் போறதுக்கு
போடுங்க ஒருகுலவை
வந்துசேரா வீட்டார்க்கு
வண்ணானைத் தூதனுப்பி

என்று வரும் பாடல்கள் இவ்வழக்கத்தின் அடிப்படையிலேயே உருவாகியுள்ளன.

இந்நடைமுறை உபதேசியார் சவரிராயன் எழுதிய நாட் குறிப்பில் (1852 அக்டோபர் 5) பின்வருமாறு பதிவாகியுள்ளது.

> வடக்கன்குளம் தம்பி பரஞ்சோதியாபிள்ளை மகள் புத்தி யறிந்ததாக (பூப்பெய்தியதாக) வண்ணான் வந்தான். சாப்பாடு... செய்து ரூ அரைக்கால் (இரண்டனா) கொடுத் தனுப்பினோம் (யோவான் தேவசகாயம் 1898:143).
>
> தூது செல்லும் பணியில் வண்ணார் சமூகப் பெண் ணொருத்தி ஈடுபட்டதை 'தூதுஆடித் துறை செல்வாள்' என்று கலித்தொகை (72:13) குறிப்பிடுகிறது. தூது செல்லும் பணியை, சங்க காலத்தில் இருந்தே வண்ணார் சமூகம் மேற்கொண்டிருந்தது என்பதை இதனால் அறிய முடிகிறது. இதன் தொடர்ச்சியாகவே மேற்கூறிய செய்திகளைக் காணவேண்டும்.

முதற்பூப்படைந்த சிறுமி சிலநாட்கள் வீட்டிற்குள்ளேயே தனித்து வைக்கப்பட்டு பின்னர் ஒரு சடங்கின் வாயிலாக

வீட்டிற்குள் சேர்த்துக்கொள்ளப்படுவாள். சில சாதியினரில் இதற்கென்றே தனிக்குடில் ஒன்று இருக்கும். சில சாதியினர் வீட்டுத் தோட்டத்தில் புதிதாகக் குடில் ஒன்றைக் கட்டுவர். பெரும்பாலும் இது தாய்மாமனின் கடமையாகும். சடங்கு ஒன்றின் வாயிலாக அப்பெண் வீட்டிற்குள் இணைந்தவுடன் அக்குடில் தீயூட்டப் படும். இதனை மையமாகக் கொண்டே குடிசை தீப்பற்றி எரிவது போல் கனவு கண்டால் அவ்வீட்டுச் சிறுமி பூப்படைவாள் என்ற நம்பிக்கை உருவாகியுள்ளது. இவ்வாறு தனித்து வைக்கப்பட்ட சிறுமிக்கு நாள்தோறும் துணிகளைத் துவைத்துக் கொடுப்பது குடும்ப வண்ணாரின் கடமையாகும்.

> வண்ணாத்தி வண்ணாத்தி
> வகைவிபரம் நீகேளு
> தோளுக்குச் சேலை
> துவைத்துவா வண்ணாத்தி
> காலுக்குச் சேலை
> கசக்கிவா வண்ணாத்தி

என்று பூப்புச்சடங்குப் பாடலொன்று இப்பணியைக் குறிப் பிடுகிறது. (ஜோதிராணி 19960:11).

மாதப் பூப்பின்போது வடியும் குருதியைத் தடுத்து நிறுத்த பழைய துணிகளைப் பயன்படுத்தும் வழக்கம் முன்பிருந்தது. இத்துணிகளைத் துவைத்து மீண்டும் பயன்படுத்தி வந்தனர். பூப்புக் குருதிக் கரையும், துர்நாற்றமும் கொண்ட இத்துணிகளையும் அப்போது உடுத்தியிருந்த சேலைகளையும் பொட்டலமாகக் கட்டி வீட்டின் கொல்லைப் பகுதியில் வைத்துவிடுவர். ஊர்ச்சோறு எடுக்க வரும்போது இச்செய்தி வண்ணாரப் பெண்ணிடம் தெரிவிக்கப்படும். அவர் மறுநாள் வந்து அவற்றை எடுத்துச் செல்வார். வீட்டுக்காரப் பெண் குச்சியால் எடுக்கும் அத்துணிகளை அவர் சுமந்து செல்லவேண்டிய அவலநிலை. 'மூட்டுத்துணி' என்று தமிழகத்தின் வடமாவட்டங்களிலும், 'தீட்டுத்துணி' 'தீண்டல் துணி' என்று தென்மாவட்டங்களிலும் அழைக்கப்பட்ட இத்துணியை வெளுத்துத்தரும் பணியென்பது வண்ணார் மீது திணிக்கப்பட்ட கொடுமையான பணியாகும். சானிடிரி நாப்கின்களின் அறிமுகம் இக்கொடுமையில் இருந்து இம்மக்களை விடுவித்துள்ளது என்றாலும் சில குக்கிராமங்களில் இக்கொடுமை தொடரத்தான் செய்கிறது.

இறப்புச்சடங்கில் வண்ணார்

இறப்புச் செய்தியை இறந்தவரின் உறவினர்களுக்குச் சென்று தெரிவிக்கும் கடமை வண்ணார்கள் மீது விதிக்கப்பட்டிருந்தது. செய்திப் போக்குவரத்தின் வளர்ச்சியின் விளைவால் இப்பணியில் இருந்து இவர்கள் இன்று விடுபட்டுள்ளார்கள்.

இறப்பு நிகழ்ந்த வீட்டின் முற்றத்தில் அல்லது வீட்டின் முன்னர் சிறுபந்தல் ஒன்றை அமைப்பது இவர்களின் பணியாகும். பந்தலின் மேற்கூரையாக கனமான வேட்டி, சேலை, போர்வை என்பனவற்றுள் ஒன்றைக் கட்டிவைப்பார்கள்.

இறுதிப் பயணத்தின் போது இறந்தவரின் உடலைக் கிடத்த பச்சைத் தென்னை ஓலையால் கிடுகு ஒன்றை முடைவதும் இவரது பணியாகும். (சில நேரங்களில் ஊர் நாவிதரும் இப்பணியைச் செய்வதுண்டு) கிடுகு முடையும்போது அதன் இருமுனை களையும் வெட்டிக்கழிப்பது வழக்கம். அவ்வாறு வெட்டப்பட்ட பகுதிகளை இப்பந்தலின் மீது போட்டு விடுவர்.

இறந்தவரின் உடலைச் சுமந்து செல்ல வைக்கோல் அடைத்த துணி மெத்தை தயாரிப்பதும், அதற்கான துணி கொண்டு வருவதும் வண்ணாரின் கடமை. இறந்தவரின் உடலைச் சுமந்து செல்ல பாடை அல்லது தேர் கட்டுவதும் இவரது பணியாகும். இறந்தவரின் உடல் விழாமல் இருக்க சேலைகளைக் கயிறுபோல் முறுக்கிக் கட்டுவதும் இதற்கான சேலைகளைக் கொண்டு வருவதும் இவரது பணிதான்.

இறந்தவரின் உடலைக் குளிப்பாட்டத் தண்ணீர் எடுத்துவரப் பொது நீர் நிலைக்குச் செல்லுவர். நீர்மாலை என்று தென் மாவட்டங்களில் இதைக் கூறுவர். நீர் எடுத்துவரும்போது இறந்தவரின் மகன் / மகன்கள் தலைக்குமேல் பந்தல்போல் வேட்டியொன்றினை நான்கு முனைகளிலும் பிடித்தவாறு வருவர். இதற்கான வேட்டியை வழங்குவது வண்ணாரின் பொறுப்பாகும்.

பிணத்தை எடுத்துச் செல்லும்போது நடைமாத்து விரிப்பதும் வண்ணாரின் கடமையாக இருந்தது. சேலையொன்றின் இருமுனை களையும் மற்றொரு சேலையின் முனையுடன் முடிச்சுப் போட்டுக் கட்டிவிடுவர். இவ்வாறு அய்ந்து அல்லது அதற்கும் மேல் சேலைகள் இணைக்கப்படும். இதனால் நீளமான துணியாக அவை விளங்கும். இதுவே நடைமாத்து ஆகும். இதைத் தெருவில்

நீளவாட்டத்தில் விரித்து விடுவர். இதன் மீது நடந்தே பிண ஊர்வலத்தினர் செல்வர். இதைத் தெருவில் விரிப்பதை வண்ணாரும் அவரது குடும்பத்தினரும் மேற்கொள்ளுவர். நடை மாத்தின் இறுதிப்பகுதி முடிவடைந்ததும் அதைச் சுருட்டி மீண்டும் ஊர்வலத்தின் முன் விரிக்க வேண்டும். இதற்காக இரு நடை மாத்துக்களைத் தயாரித்துக்கொள்வர். ஒருவர் பிண ஊர்வலத்துக்கு முன் நடைமாத்தை விரித்துச் செல்ல, மற்றொருவர் பிண ஊர் வலத்தின் பின் அதைச் சுருட்டி எடுத்துவருவார்.

நீண்ட தெருக்களில் முன்னும் பின்னும் ஓடி ஓடி முதுகு வலிக்கக் குனிந்து குனிந்து செய்யும் இப்பணி உடலை வருத்தும் செயலாகும். இதைவிடக் கொடுமையானது தம் இருப்பை வெளிப்படுத்திக்கொள்ள விரும்பும் சிலரது ஏச்சுக்களையும் இப்பணியின்போது கேட்பது.

சுடுகாடு அல்லது இடுகாட்டைச் சென்றடைந்ததும் இறந்த வரின் உடலைச் சுமந்து வந்த பாடை அல்லது தேரில் இருந்து சடலத்தை இறக்கி வைப்பது வண்ணாரின் பணியாகும் (சில பகுதிகளில் நாவிதர் இப்பணிகளைச் செய்வார்).

சுடுகாட்டில் பிண அடக்கம் நிகழும்போதே மற்றொரு பக்கம் தரையில் துணியொன்றை வண்ணார் விரித்து வைப்பார். அதில் ஊர்க்காரர்களும், நெருங்கிய வெளியூர் உறவினர்களும், ஊரார் நிர்ணயித்த தொகையைப் போடுவார்கள். அவ்வாறு சேர்ந்த தொகையையும், இறப்பு வீட்டார் தரும் தொகையையும் சேர்த்து வண்ணார், நாவிதர், அருந்ததியர் ஆகிய மூவருக்கும் உரிய ஊதியத்தைத் தருவர். வண்ணாருக்கான கூலியை 'மாத்துக் கூலி' என்றும் குறிப்பிடுவர். இறப்பு வீட்டில் தொடங்கி சுடுகாடு வரை துணிகளை மாத்தாக வழங்குவதால் இவ்வாறு பெயர் பெற்றுள்ளது. இதை வழங்கும் முறை ஆதிக்கவுணர்வை வெளிப் படுத்துவதாய் அமையும்.

ஊதியத்தைக் கூலி என்றே குறிப்பிடுவர். தொழிலின் பெயரால் இதை நாவிதன் கூலி, வண்ணான் கூலி என்றும் குறிப்பிடுவர். இதைத் தம் துண்டைக் கையில் விரித்துப் பிடித்தபடி பிச்சை ஏற்பது போல் பெற்றுக்கொள்ள வேண்டும். நகரப்பகுதிகளில் இம்முறை பெரும்பாலும் மறைந்தாலும் கிராமப்புறங்களில் இன்றும் தொடர்கிறது.

★

5

வண்ணார் குறித்த வாய்மொழிக் கதைகள்

எந்த ஒரு மக்கள் சமூகமும் தனக்கென சில வாய்மொழிக் கதைகளைக் கொண்டிருக்கும். அக்கதைகள் அச்சமூகத்தின் வாழ்வியலை அறிந்துகொள்ள உதவும் தன்மையன. இவ்வகையில் வண்ணார் சமூகமும் தனக்கென சில வாய்மொழிக் கதைகளைக் கொண்டு உள்ளது. இவ்வாய்மொழிக் கதைகளை:

(i) புராணக் கதைகள்

(ii) பழமரபுக் கதைகள்

என இரண்டாகப் பகுக்கலாம். முதலில் வண்ணாரை மையமாகக் கொண்டு உருவான புராணக் கதைகளைக் காண்போம்.

புராணக் கதைகள்

புராணக் கதைகள் என்பன இயற்கை பிறழ்ந்த நிகழ்ச்சிகளை மையமாகக் கொண்டு உருவாகின்றன. இக்கதைகள் நிகழும் இடமாக இம்மண்ணுலகு மட்டுமின்றி விண்ணுலகு, நரகலோகம், சமுத்திரலோகம்,

பாதாளலோகம் எனப் பல கற்பனையான உலகங்களும் அமைகின்றன. அதுபோன்று தெய்வங்கள், தேவர், அசுரர், காந்தருவர் எனப் பல கற்பனையான பாத்திரங்களும் புராணக் கதைகளில் இடம்பெறுவர். புராணங்களில் இடம்பெறும் நிகழ்ச்சிகள் வரலாற்றுக் காலத்திற்கு முந்தையதாகவும் நம்மால் நினைத்துக் கூடப் பார்க்க முடியாத காலத்தில் நிகழ்ந்தவையாகவும் குறிப்பிடப் படும்.

இவ்வாறு நம்ப இயலாத மனிதர்கள், இடங்கள், பாத்திரங்கள், காலம் ஆகியனவற்றைக் கொண்டிருந்தாலும், அவை தெய்வங்களுடன் தொடர்புபடுத்தப்படுவதால் பெரும்பாலான மக்கள், புராணங்களைப் புனிதமான ஒன்றாகக் கருதுகின்றனர். தமிழில் உருவாகியுள்ள புராணங்களை

 (i) வடமொழி சார்ந்து உருவானவை

 (ii) சுயமாக உருவானவை

என இரண்டாகப் பகுக்கலாம். இவற்றுள் வடமொழியில் உருவான புராணங்கள் எழுத்து வடிவம் பெற்றவை. சுயமாகத் தமிழில் உருவான புராணங்கள், எழுத்து வடிவம் பெற்றவை, எழுத்து வடிவம் பெறாதவை என இரு வகைப்படும். எழுத்து வடிவம் பெற்றவை ஒரு குறிப்பிட்ட காலத்தில், ஒரு குறிப்பிட்ட மனிதரால் உருவாக்கப்பட்டவை ஆகும். இவை பெரும்பாலும் செய்யுள் வடிவிலேயே அமையும். ஆங்கிலேயர் ஆட்சியின்போதுகூட இத்தகைய புராணங்கள் உருவாகியுள்ளன.

ஒரு சைவ அல்லது வைணவ தலத்தை மையமாகக் கொண்டு உருவாகும் புராணம் தல புராணம் எனப்படும். வடமொழிப் புராணச் செய்திகளை உள்வாங்கியும் தலபுராணம் எழுதப் படுவதுண்டு. இவை மாறுதல்களுக்கு ஆளாகாது நிலைத்த வடிவில் இருக்கும்.

இதற்கு நேர்மாறாக வாய்மொழியாக வழங்கப்படும் புராணங்கள், மாறுதல்களுக்கு ஆளாகும் தன்மையன. இதனால் பல வடிவங்களாக (version) இவை அமையும். ஒரு குறிப்பிட்ட கோவில், தெய்வம் ஆகியனவற்றை மையமாகக் கொள்வது மட்டுமின்றி ஒரு குறிப்பிட்ட சாதியை மையமாகக் கொண்டும் இவை உருவாகியுள்ளன.

ஒரு குறிப்பிட்ட சாதியின் தோற்றம், அது ஒரு குறிப்பிட்ட தொழிலை மேற்கொண்டமைக்கான காரணம் ஆகியன இப் புராணக் கதைகளில் இடம்பெறும். இவ்வகையில் வண்ணார் களின் தோற்றம், அவர்கள் துணி வெளுக்கும் தொழிலை மேற் கொண்டமைக்கான காரணம், அவர்களிடையே உட்பிரிவுகள் தோன்றிய காரணம், ஆகியனவற்றை மையமாகக் கொண்டு வாய்மொழி புராணக் கதைகள் உருவாகி, இன்றும் அவை வழக்கிலுள்ளன.

வண்ணார்களில் பல உட்பிரிவுகள் உள்ளன. இவை ஒவ்வொன்றும் தொழில் அடிப்படையில் ஒத்திருந்தாலும், தனித்தனிப் பிரிவாகவே விளங்குகின்றன. இப்பிரிவுகளுள் (1) ஈரங்கொல்லியார் (2) பாண்டிவண்ணார் என்ற இரண்டு பிரிவினரை மையமாகக் கொண்டு உருவான தோற்றப் புராணக் கதைகள் (Orgins of Myth) மட்டும் இங்கு குறிப்பிடப்படுகின்றன. முதலாவதாக ஈரங்கொல்லியார் என்ற பிரிவினரை மையமாகக் கொண்டு உருவான புராணக் கதைகளைக் காண்போம்.

ஈரங்கொல்லியார்

வண்ணார்களில் ஒரு பிரிவினரான ஈரங்கொல்லியார் வைணவக் கோவில்களுடன் தொடர்புடையவர்களாக முன்னர் இருந்துள்ளார். பெருமாளுக்கு அணிவிக்கும் ஆடையையும், வீதி உலாக்களின் போது பயன்படுத்தும் வண்ணத் துணிகள், திரைச் சீலைகள் ஆகியனவற்றையும் துவைத்துத் தரும் பணி இவர் களுடையது. இவர்களுக்கு ஈரங்கொல்லியார் என்ற பெயர் ஏற்பட்டது குறித்து மூன்று கதை வடிவங்கள் உள்ளன.

கதைவடிவம் - 1

பாண்டி வண்ணாரும், ஈரங்கொல்லியாரும் அண்ணன் தம்பிகள். அண்ணன் யானையிலும், தம்பி குதிரையிலும் அமர்ந்து கோவிலுக்குச் சென்றனர். குதிரையில் சென்ற தம்பி விரைவாகச் சென்று கோவிலுக்குள் நுழைந்துவிட்டான். யானை ஆடி அசைந்து சென்றதால் அண்ணன் வருவதற்குள் கோவில் கதவைச் சாத்திவிட்டார்கள்.

கோவிலுக்குள் சென்ற தம்பி ஈரங்கொல்லி என்ற பெயரில் கோவில் வண்ணாராகி விட்டான். கோவிலுக்கு வெளியே நின்ற

அண்ணன் குடிமக்களுக்கு வெளுக்கும் பாண்டி வண்ணானாகி விட்டான்.

இக்கதையில் கோவில் என்று பொதுவாகவே குறிப்பிடப் பட்டுள்ளது. வைணவக் கோவில், சைவக்கோவில் என்று குறிப்பிட்டுக் கூறவில்லை. 'திருமலை முருகன் பள்ளு' என்ற நூலில் ஆற்றில் வரும் வெள்ளம் அடித்துச் சென்ற பொருட்களில் ஒன்றாக ஈரங்கொல்லியார் துவைத்து வைத்திருந்த ஆடைகள் இடம்பெறுகின்றன.

கதைவடிவம் - 2

வண்ணார் ஒருவரின் தம்பி வெள்ளாவி அடுப்பிற்குத் தீ தள்ளும் வேலையைச் செய்து வந்தார். ஈரத்தை எரித்து அழிப்பதால் இவருக்கு ஈரங்கொல்லி என்று பெயர் ஏற்பட்டது. அண்ணன் யானை மேலும், தம்பி குதிரை மேலும் போவது வழக்கமா யிருந்தது.

ஒரு நாள் இருவரும் கோவிலுக்குப் போகும்போது குதிரை மீது போன தம்பி விரைவாகக் கோவிலுக்குள் போய்விட்டார். ஆனைமீது போனதால் அண்ணன் அசெஞ்சு அசெஞ்சு போவதற்குள் கோயிலைச் சாத்தி (மூடி) விட்டார்கள். கோயிலுக்குப் போன வண்ணார் கோவில் வண்ணாராகிவிட்டார்.

கதைவடிவம் - 3

'கோவில் ஒழுகு' என்ற நூல் குறிப்பிடும் செய்தி வருமாறு *(கிருஷ்ணமாசார்யார், அ., 2005: 175-187):*

டில்லி சுல்தானின் படையெடுப்பின்போது திருவரங்கத்தில் இருந்த அழகிய மணவாளப் பெருமாளின் உலோகப் படிமம் கவர்ந்து செல்லப்பட்டது. திருவரங்க வாசிகள் அவ்விக்கிரகத்தின் மீது கொண்டிருந்த அளவற்ற காதலை அறிந்த சுல்தான் அதைக் கவர்ந்து வரும்படி தன் படையை அனுப்பினான். இதை அறிந்த திருவரங்க வாசிகள் கூட்டமாகச் செல்லாமல் தனித்தனியாகப் பிரிந்து பயணம் செய்தனர்.

திருவரங்கத்தில் பெரிய பெருமாளின் கைங்கரியத்தில் ஈடுபட்டு வந்த 'கொடவர்' என்ற குழுவைச் சேர்ந்த மூவர் அவ் விக்கிரகத்தைத் திருமலையில் பாதுகாத்து வைக்கும் நோக்குடன்

காட்டில் ஒளிந்திருந்தனர். இவர்களுள் இருவர் இறந்து போக, ஒருவர் மட்டும் காட்டுப் பகுதியில் அவ்விக்கிரகத்துடன் தனியாக வாழ்ந்து வந்தார்.

தில்லி சுல்தானின் படையெடுப்பு முடிந்த பின்னர் கொடவரைத் தேடி கண்டுபிடிக்கமுடியாத நிலையில் புதிதாக அழகிய மணவாளப் பெருமாள் உருவத்தை திருவரங்க வாசிகள் எழுந்தருளச் செய்தார்கள். இந்நிகழ்ச்சி நடந்து அறுபது ஆண்டுகள் கழித்து எண்பது வயதினராய் இருந்த கொடவரை இருளர் என்ற ஆதிவாசிகள் கண்டனர். அவர்களிடம் பெருமாளை மீண்டும் திருவரங்கத்தில் கொண்டு சேர்க்க உதவும்படி வேண்டினார்.

இருளர்கள் சந்திரகிரி மன்னனிடம் இச்செய்தியைச் சொன்னார்கள். அவனும் காட்டிற்கு வந்த கொடவரையும், அவர் பாதுகாத்து வந்த அழகிய மணவாளப் பெருமாள் விக்கிரகத்தையும் வணங்கி, திருவரங்கத்திற்கு அனுப்பி வைத்தான்.

அறுபது வருடங்களுக்கு முன் திருவரங்கத்திலிருந்து நீங்கிய அழகிய மணவாளன் திருமேனியையும், கொடவரையும் அங்குள்ள வைணவர்கள் முற்றிலும் மறந்துவிட்டனர். அக்காலத்தைய குடிமக்களும் இறந்து போயினர். இச்சூழலில் அழகிய மணவாளன் திருமேனியை, புதிய ஒன்றாகக் கருதி உள்ளே அனுமதிக்க மறுத்தனர். பூர்வீக வரலாறு அறிந்த ஒருவரைத் தேடியபோது, கண் பார்வை இழந்த தொண்ணூற்று மூன்று வயது வண்ணார் ஒருவர் அகப்பட்டார்.

அழகிய மணவாளப் பெருமாளுக்கு நீராட்டு செய்த பின் திருமேனியில் உள்ள ஆடையைப் பிழிந்து எடுத்த 'ஈரவாடைத் தீர்த்தத்தை' அவர் பருகி வந்துள்ளதாகவும், தற்போது அதற்கு திருநீராட்டுச் செய்தால் அதன் வாயிலாக கொடவர் கொண்டு வந்த திருமேனி உண்மையானதா எனக் கண்டறிய முடியு மென்றார். அதன்படி கொடவர் கொண்டுவந்துள்ள திருமேனிக்குத் திருமஞ்சனம் செய்வித்து ஈரவாடைத் தீர்த்தத்தை அவ்வண்ணாரிடம் கொடுத்தனர். அதைப் பருகிவிட்டு "கொடவர் கொண்டு வந்த திருமேனிதான்" அழகிய மணவாளன். 'இவரே நம்பெருமாள்' என்று அவர் அறிவித்தார்.

பின்னர் கொடவர் கொண்டு வந்த திருமேனியை முன்போல் வைத்தனர். அவ்வண்ணாருக்கு ‘ஈரங்கொல்லி’ என்ற பட்டம் வழங்கப் பட்டது. அன்றிலிருந்து திருவரங்கம் கோவில் வண்ணாருக்கும் ‘ஈரங்கொல்லி’ என்ற பட்டப்பெயர் வழங்கலாயிற்று. இதையொத்த கதையொன்று காஞ்சி வரதராச பெருமாளை மையமாகக் கொண்டு வழங்கி வருகிறது.

கதைவடிவம் - 4

இஸ்லாமியப் படையெடுப்பு ஒன்றின்போது, காஞ்சிபுரம் வரதராஜ பெருமாள் கோவிலில் இருந்தும், திருஅரங்கம் அரங்க நாதப் பெருமாள் கோவிலில் இருந்தும் பாதுகாப்பு கருதி உற்சவ மூர்த்திகள், உடையார்பாளையம் ஜமீனுக்குக் கொண்டு செல்லப் பட்டன.

படையெடுப்புக்குப் பின் அவற்றை எடுத்துவர உடையார் பாளையம் சென்றவர்களால் எது காஞ்சி வரதராஜரின் திருவுருவம் என்று கண்டுபிடிக்க முடியவில்லை. அப்போது உடன் சென்ற கோவில் வண்ணார் ஒருவர், உற்சவ மூர்த்திகளின் ஆடையை முகர்ந்து பார்த்து, குங்குமப்பூ மணம் வீசும் ஆடைக்குரிய சிலையே காஞ்சி வரதர் என்று உறுதி செய்தார். பின்னர் அதை காஞ்சிபுரத்துக்குக் கொண்டு வந்தனர்.

இதன் அடிப்படையில் ஆண்டுதோறும் பங்குனி மாதம் உத்திரட்டாதித் திருநாள், வரதர் திரும்பி வந்த நாளாகக் கொண்டாடப்படுகிறது.

வரதரைக் கண்டுபிடிக்க உதவிய வண்ணார் மரபினருக்கு நவராத்திரி விழாவின் போது மாலை, மரியாதைகள் கோவில் நிர்வாகத்தால் வழங்கப்படுகின்றன.

பாண்டி வண்ணார்

தமிழ்நாட்டின் வண்ணார்களின் தோற்றம் குறித்து வழங்கும் புராணக் கதை ஒன்றை எட்கார் தர்ஸ்டன் என்ற வெள்ளையர், தமது ‘‘தென்னிந்தியக் குலங்களும் குடிகளும்’’ என்ற நூலில் குறிப்பிட்டுள்ளார். அதன்படி சிவபெருமானின் படை வீரனனாகச் சென்று, தக்கனது யாகத்தில் பலரைக் கொன்ற பாவத்தை வீரபுத்திரன் செய்தான். இக்கொலைகளுக்குப் பரிகாரமாகத்

துணிகளை வெளுக்கும்படி சிவனால் பணிக்கப்பட்ட வீர பத்திரனின் மரபில் வந்தோரே வண்ணார்கள். தக்கனுடன் சிவன் நடத்திய போரில் கலந்து கொண்டவர்களின் ஆடையில் குருதி படிந்திருந்தது. இதைப் போக்க வருணனை அழைத்து மழை பெய்விக்கும்படி சிவன் கூறினார். அப்படியும் குருதிக்கறை போகவில்லை. அடுத்து தன் தளபதியான வீரபத்திரன் மரபில் ஒருவனைத் தேர்ந்தெடுத்து அவனுக்கு வீரன் என்று பெயர் கொடுத்து, விருதுகளும் வழங்கி துணிகளில் உள்ள குருதிக் கறையைப் போக்கும் பணியை வழங்கினார் (கிருஷ்ணமூர்த்தி. ச.,2010:14).

நெல்லை மாவட்டத்தில் வாழும் "பாண்டி வண்ணார்" என்ற பிரிவினரிடம் அவர்களது அவலநிலைக்கான காரணம் குறித்து சில வாய்மொழிக் கதைகள் வழங்கி வருகின்றன. இக்கதை வடிவங்கள் வருமாறு:

வடிவம் - 1

கைலாசத்தில் பார்வதியும், பரமசிவனும் பாண்டி (பல்லாங்குழி) விளையாடிக் கொண்டிருந்தனர். விளையாட்டின் நடுவே பார்வதி எழுந்து சென்றாள். அப்போது பரமசிவன் "ஏன் பாதி ஆட்டத்தில் எழுந்து செல்கிறாய்" என்று கேட்டார். தான் வீட்டுக்குத் தூரமாகி விட்டதால் (மாதவிலக்காகி விட்டதால்) எழுந்து போவதாய்க் கூறியதுடன், இம்மாதிரி நேரத்தில் தன் துணிகளைத் துவைக்க ஒரு வண்ணான் வேண்டும் என்றும் கூறினாள்.

"நீ இப்போதே கூப்பிடு, உனக்கு ஒரு வண்ணான் வருவான்" என்று பரமசிவன் கூற, அதன்படி பார்வதியும் "ஏ வண்ணான்", "ஏ வண்ணான்" என்று கூப்பிட வண்ணான் ஒருவன் வந்தான். பாண்டி விளையாடிக் கொண்டிருந்தபோது வந்தமையால், 'பாண்டி வண்ணான்' என்ற பெயர் அவனுக்கு ஏற்பட்டது.

கொஞ்ச காலம் கழித்ததும் அவன் பரமசிவனைப் பார்த்து, "நான் ஜோடியில்லாமல் தனியாக இருக்கிறேன். எனக்கு ஒரு பொண்டாட்டி வேண்டும் சாமி" என்று கேட்டான். பரமசிவம் ஒரு அத்திமரத்தைக் காட்டி, "இந்த மரத்திடம் போய் 'வண்ணாத்தி,

வண்ணாத்தி' என்று கூப்பிடு, உனக்குப் பொண்டாட்டி கிடைப்பாள்'' என்று கூறினார்.

அவன் அத்திமரத்திடம் போய் ''வண்ணாத்தி, வண்ணாத்தி'' என்று கூப்பிட அதிலிருந்து ஒரு பெண் வந்தாள். அத்தி மரத்திலிருந்து வந்ததால் அவளுக்கு வண்ணாத்தி என்று பெயர் ஏற்பட்டது.

கதை வடிவம் - 2

வண்ணான் ஒருவன் தான் எடுத்து வந்த அழுக்குத் துணிகளை யெல்லாம் மெத்தை மாதிரி அடுக்கி அதன் மேல் படுத்துக் கிடந்தான். படுத்துக் கிடந்தவாறே தன் பெண்டாட்டியைப் பார்த்து, ''யாருக்கடி வரும் இந்த சொகம்? என்னப் படைச்ச பரம சிவனுக்கும் பார்வதிக்கும் கூட இந்த சொகம் கிடைக்காது'' என்று சொன்னான்.

அந்த நேரத்தில் ஆகாச மார்க்கமாக வந்து கொண்டிருந்த பரமசிவன் பார்வதி காதில் இது விழுந்தது. கோபம் கொண்ட இருவரும் ''முக்கியடிச்சு நக்கிப் போங்க'' என்று சாபமிட்டனர்.

இச்சாபத்தின் காரணமாக எவ்வளவுதான் துணிகளைத் தண்ணீரில் முக்கி முக்கித் துவைத்துப் பாடுபட்டாலும் வண்ணார்களுக்கு வாழ்க்கை முன்னேற்றம் இல்லாமல் போய்விட்டது.

கதைவடிவம் - 3

வனவாசத்தை முடித்துவிட்டு நாடு திரும்பிய இராமர் அயோத்தியில் ஆட்சி செய்து கொண்டிருந்தபோது அவரது சேவகர்கள் நாள்தோறும் இரவு நேரத்தில் ஊர் முழுவதும் அலைந்து திரிந்து, மக்கள் பேசுவதைக் கேட்பார்கள். மறுநாள் காலையில் அவை கூடும் போது அவர்கள் ஒவ்வொருவரிடமும், மக்கள் என்ன பேசிக் கொள்கிறார்கள் என்பதை, இராமர் கேட்டறிந்து கொள்வார். ஒரு நாள் இரண்டு சேவகர்கள், ஏகாலிகள் (வண்ணார்) இருக்கும் பகுதிக்குப் போனார்கள்.

ஒரு ஏகாலி தன் மனைவியின் நடத்தையில் சந்தேகப்பட்டு அவளைத் தள்ளி வைத்திருந்தான். அவளை மீண்டும் அழைத்து வந்து குடித்தனம் நடத்தும்படி அவனது அம்மா அவனைச் சமாதானப்படுத்திக் கொண்டிருந்தாள். அப்போது ''எப்படியாப் பட்ட இராமரே சீதையை அழைத்து வந்து காலம் கழிக்கலையா?''

என்று கூறினாள். "நா(ன்) என்ன இராமர் மாதிரியா? ஓடிப்போன சீதையை அவர் வெச்சுக்கிட்ட மாதிரி, அவளைக் கூட்டிக்கிட்டு வர" என்று கோபமாக மகன் கூறினான். தாய்க்கும் மகனுக்கும் இடையே நிகழ்ந்த இவ்வுரையாடலை, சேவகர்கள் இருவரும் கேட்டனர்.

மறுநாள் அரசவை கூடியதும் முதல் நாள் இரவில் நகருக்குள் சென்ற சேவகர்களிடம் அவர்கள் கேள்விப்பட்ட செய்திகளை இராமர் கேட்டறிந்து கொண்டிருந்தார். ஏகாலி குடிக்குச் சென்ற சேவர்கள் தாம் கேட்டதைக் கூறத் தயங்கினார்கள். இராமர் வற்புறுத்திக் கேட்டதும், ஏகாலிகுடியில் தாய்க்கும் மகனுக்கும் இடையே நடந்த உரையாடலைச் சொன்னார்கள்.

இதைக் கேட்டதும் நிறைமாதக் கர்ப்பிணியான சீதையைக் காட்டில் விட்டுவிட்டு வரும்படி இலக்குமணனுக்கு இராமன் கட்டளை இட்டான். அவனும் அப்படியே செய்தான். காட்டில் தனியாக விடப்பட்ட சீதை இதற்குக் காரணமான வண்ணார்களை நினைத்து "ஒரு காலமும் நீங்க நல்லா இருக்க மாட்டீங்க" என்று சாபமிட்டாள். அதனால்தான் இன்று வரை வண்ணார்கள் முன்னேற்றம் இல்லாமல் இருக்கின்றார்கள்.

கதை வடிவம் - 4

ஈரோடு மாவட்டத்தில் (1) புரோதி வண்ணார் (2) வடுவ வண்ணார் (3) சாயக்கார வண்ணார் (4) ஆண்டிகுல வண்ணார் என நான்கு பிரிவுகள் உள்ளன. இவர்களிடையே தம் சாதியின் தோற்றம் குறித்து வழங்கும் கதை வருமாறு:

ஈசுவரனும் ஈசுவரியும் பூலோகத்திற்கு ஒரு நாள் வந்தனர். அப்போது அவர்களது அழுக்கு ஆடைகளைக் கழற்றி ஒருபுறம் போட்டிருந்தனர். அந்த வழியாக வந்த ஒருவரை அழைத்து அவ்வழுக்கு ஆடைகளைத் துவைத்துத் தரும்படிக் கூறினர். விருப்பம் இல்லாமல் அதை ஏற்றுக்கொண்ட அவர், ஒரு குச்சியால் அழுக்குத் துணிகளை எடுத்தார்.

இதைக் கண்டு கோபமுற்ற ஈசுவரனும், ஈசுவரியும் "எங்கள் அழுக்குத் துணியை எடுக்க இப்படி அருவருப்படையும் நீ அழுக்குத் துணி துவைத்தே வாழ வேண்டும்" என்று சாபமிட்டனர்.

அச்சாபத்தின் காரணமாக அன்றிலிருந்து அவரது பரம்பரையினர் அழுக்கெடுக்கும் வண்ணார்களாக மாறிவிட்டனர்.

இதுவரை நாம் பார்த்த கதை வடிவங்களில் முதல் கதை, வண்ணார் சமூகத்தின் தோற்றத்தைக் குறிப்பிடுகிறது. தங்களது சாதியின் முன்னோர்கள் சிவனால் படைக்கப்பட்டவர்கள். எனவே தாங்கள் இழிவானவர்கள் அல்ல என்ற கருத்தை இக்கதையின் வாயிலாக வெளிப்படுத்தியுள்ளனர்.

இந்திய சமூகவியலாளர் எம்.என்.சீனிவாஸ் பார்வையில் இது ''மேல்நிலையாக்கம்'' ஆகும். பின்தங்கிய சமூகம் ஒன்று தனது சமூகத்தின் தோற்றத்தைத் தெய்வத்துடன் இணைத்துக் கொள்வதும் இவர் கூறும் மேல்நிலையாக்கத்தின் பாற்படும்.

(பிரம்மாவின் முகத்தில் தோன்றியவர்கள் பிராமணர்கள் என்று கூறும் 'புருஷ ஸீக்தம்' கருத்தை மேல்நிலையாக்கச் சிந்தனையின் வெளிப்பாடு என்று கூற மட்டும் இவர்கள் ஏனோ தவறிவிடுகிறார்கள்).

இரண்டாவது, மூன்றாவது, நான்காவது கதை வடிவங்கள் வண்ணார் சமூகத்தின் அவலநிலைக்கான காரணம் தெய்வங்களின் சாபமே என்று கூறுகின்றன. போராட்ட உணர்வை இச்சமூகத்தினரிடம் உருவாக்காமல், நம் வாழ்க்கை இவ்வளவுதான் என்று ஆறுதல் கொள்ளும் மனநிலையை இவை உருவாக்கியுள்ளன. ''ஐதீகவாக்கம் என்பது வரலாற்றினைத் தயாரிக்கும் ஒரு வகை முறையாகும்'' என்று பேராசிரியர் கா.சிவதம்பி கூறுகிறார். பார்வதியின் தேவைக்காகப் பரமசிவனால் படைக்கப்பட்டோரின் பரம்பரையில் வந்தவர்கள் என்றும் தாம் அனுபவிக்கும் ஏழ்மையானது, பரமசிவன், பார்வதி, சீதை ஆகிய தெய்வங்களின் சாபத்தால் உருவானதே என்று கூறும் இன வரலாற்றை (Ethenic History) இக்கதையின் வாயிலாக வண்ணார் உருவாக்கியுள்ளனர். தம் வாழ்வின் அவலத்துக்கான காரணத்தைத் தாம் வாழும் சமூகத்தில் தேடாது, புராணப் பாத்திரங்களுடன் இணைத்து மனநிறைவடைந்துள்ளனர். இவ்வாறு உருவாக்கப்பட்ட இக்கதைகள், இச்சாதியின் சிந்தனையில் அமுக்குப் பேய்களாக (incubus) அமர்ந்து நீண்ட காலம் ஆதிக்கம் செலுத்தி வருகிறது என்பதில் ஐயமில்லை.

வாய்மொழிக் கதைகள், அடித்தள மக்களின் எதிர்க்குரலாகச் செயல்பட்டாலும் சில நேரங்களில் அதற்கு எதிரிடையாக, எதிர்க்குரலை மழுங்கடிக்கவும் செய்யும் தன்மையன என்பதை இக்கதை வடிவங்கள் உணர்த்துகின்றன.

★

6

அண்ணாமலையாரும் வண்ணாரும்

சைவர்களின் பஞ்சபூதத் தலங்களுள் ஒன்று திரு வண்ணாமலை. இத்தலத்தை நினைத்தாலே முக்தி கிடைக்கும் என்பது சைவர்களின் நம்பிக்கை. சம்பந்தர், திருநாவுக்கரசர், பட்டினத்தார் ஆகியோர் இத்தலத்தையும் இங்கு கோவில் கொண்டுள்ள அண்ணாமலைநாதரையும் போற்றிப் பாடியுள்ளனர். மணிவாசகர் 'திருவெம்பாவை' பாடிய தலமும் இதுதான். இக்கோயில் வளாகத்தில் உள்ள முருகனே அருணகிரிநாதர் வணங்கிய முருகன் என்பது புராணச் செய்தியாகும்.

இத்திருத்தலத்தில் புராண வரலாற்றினைக் கூறும் நூல்களாக 'அருணாசலபுராணம்', 'அருணகிரிப் புராணம்' என்பன அமைந்துள்ளன. இப்புராணங் களும் மேற்கூறிய பக்திப் பனுவல்களும் கூறாத வாய் மொழிப் புராணச் செய்திகள் சில வழக்கிலுள்ளன. அவற்றுள் வண்ணார் சமூகத்தினை மையமாக கொண்ட வாய்மொழிப் புராணக்கதைகள் வருமாறு:

கதை வடிவம் - 1

திருவண்ணாமலையை ஆண்டு வந்த வல்லாள மகா ராஜாவின் வளர்ப்பு மகனாக அண்ணாமலை என்ற பெயரில் சிவன் வாழ்ந்து வந்தார். பார்வதி தேவி உண்ணாமுலை என்ற பெயரில் அவருக்கு மனைவியாக இருந்தாள். இவர்களுக்கு மகப்பேறு இல்லை.

வல்லாள மகாராஜாவின் அரண்மனையில் வாழும் ராணி மற்றும் பெண்களுக்குரிய துணிகளை வெளுத்துத்தரும் பணி யினை வண்ணார் ஒருவர் செய்து வந்தார். பிற ஆடவர்கள் அரண் மனையின் அந்தப்புரத்துக்குள் நுழையக்கூடாதென்பதால், அவரது மனைவி அழுக்கெடுக்கவும் வெளுத்த துணிகளைக் கொடுக்கவும் அந்தப்புரம் சென்று வருவாள்.

ஒரு நாள் இவ்வண்ணாரும் அவரது மனைவியும் உவர்மண் எடுக்க மாட்டு வண்டியில் சென்றனர். அப்போது வண்டி குடை சாய்ந்ததில் வண்ணாரின் மனைவிக்கு காலில் அடிபட்டு நடக்க முடியாமல் போனது.

இதனால் அரண்மனைக்குப் போக இயலாத நிலையில் அவரது அழகான மகள் அழுக்கெடுக்கச் சென்றாள். வல்லாள மகாராஜாவின் மனைவியான ராணி, அப்பெண்ணைப் பார்த்து அவளது அழகில் சொக்கிப் போனாள். தனது மகனுக்குப் பிள்ளை யில்லாததால் அவ்வழகான பெண்ணை இரண்டாம் தாரமாக அவனுக்கு மணம் செய்விக்க விரும்பினாள். தனது விருப்பத்தை மன்னனுக்குத் தெரிவித்தாள்.

மன்னனும் அதை ஏற்றுக்கொண்டான், பின்னர் வண்ணாரை அரண்மனைக்கு அழைத்துப் பெண் கேட்டான். ‘என்னை வர வழைத்துப் பெண் கேட்பது முறையல்ல. முறைப்படி நீங்கள்தான் வரவேண்டும்’ என்று கூறிவிட்டு வண்ணார் தனது வீட்டிற்கு வந்துவிட்டார். வேறு வழியில்லாமல் பெண் கேட்டு தனது அமைச்சரை வண்ணார் வீட்டிற்கு வல்லாள மகாராஜா அனுப்பி வைத்தார். வண்ணாரும் பெண் தர ஒத்துக்கொள்ளவே முறைப்படி திருமணம் நடந்து முடிந்தது. இதனால் முதல் மனைவியான உண்ணாமலை கோபித்துக்கொண்டுப் போய்விட்டாள்.

கதை வடிவம் - 2

வண்ணார் பெண்ணை இரண்டாம் தாரமாக உறுதி செய்த பின் அப்பெண்ணை பார்க்க அண்ணாமலையார் மாறுவேடத்தில் வண்ணார் குடிக்குச் சென்றார். அவர் சென்ற போது அப்பெண்ணின் தாயும், தந்தையும் அரண்மனைத் துணிகளுக்கு நறுமணம் ஏற்று வதற்கான சில மூலிகைகளைச் சேகரிக்க மலைப்பகுதிக்குச் சென்றிருந்தனர். குடிநீர் எடுத்துவிட்டு வாழைத்தோப்பிலிருந்து திரும்பும் அப்பெண்ணிடம் அண்ணாமலையார் காதல் மொழி பகர அப்பெண் கூக்குரலிட்டாள். உடனே வண்ணார்கள் ஓடி வந்து வாழைத்தோட்டத்திலிருந்த வாழை மரங்களின் மட்டை களை உரித்து அதைக்கொண்டு அவரை அடித்தனர். பின்னர் வந்தது யார் என்று தெரிந்தது. திருமணம் செய்யப்போகும் மாப்பிள்ளைதானே என்று விட்டுவிட்டனர்.

கதை வடிவம் - 3

வண்ணார் சமூகத்தை சேர்ந்த அழகிய இளம்பெண் ஒருத்தி தன் பெற்றோருடன் துணி துவைத்துக்கொண்டிருந்தாள். அப்போது மனித உருவில் அங்கு வந்த அண்ணாமலையார் தனது அழுக்கு வேட்டியைத் துவைத்துத் தரும்படி அப்பெண்ணிடம் தந்தார். அதை வாங்கி அப்பெண் துவைக்க ஆரம்பித்தாள். ஆனால் அழுக்குப் போகவில்லை. அவ்வேட்டியைத் துவைத்துக் கொடுத்துவிட்டு வீட்டிற்கு வரும்படி கூறிவிட்டு அப்பெண்ணின் பெற்றோர்கள் வீட்டிற்கு சென்றுவிட்டனர்.

அவர்கள் சென்றதும் 'எப்படியாவது வேலையைச் சுத்தமாக செய்யவேண்டும்' என்று விடாது துவைத்துக்கொண்டிருந்த அப்பெண்ணிடம், 'உன் மனசு நல்ல மனசு' என்று கூறிய அண்ணா மலையார், தன்னை யார் என்பதைக்காட்டி அப்பெண்ணை இரண்டாம் தாரமாகத் திருமணம் செய்துகொண்டார். அவளைச் சிறப்பிக்கும் வகையில் தனது பெயரில் அமைந்திருந்த திரு அண்ணாமலை என்ற ஊரின் பெயரை, அப்பெண்ணின் சாதியைக் குறிக்கும் வகையில் திருவண்ணார்மலை என்று அழைக்கும்படிச் செய்தார். பின்னர் இதுவே திருவண்ணாமலை என்றாயிற்று.

கதைகளும், சடங்குகளும்

வாய்மொழி புராணக்கதைகள் பெரும்பாலும் சடங்குகளுடன் தொடர்புடையவை, அவ்வகையில் முதல் இரண்டு கதை வடிவங்களுடன் தொடர்புடையதாகப் பின்வரும் சடங்குகள் இன்றுவரை நிகழ்ந்து வருகின்றன.

1. தை மாதம் மாட்டுப் பொங்கலன்று அண்ணாமலையார், சப்பரத்தில் உலா வருவார். அவரது அருகில் வண்ணார் பெண்ணின் உலோகப் படிமமும் இடம்பெற்றிருக்கும். மக்கள் இதை வண்ணாத்தி அம்மன் என்றே குறிப்பிடுகின்றனர். இச்சப்பரத்திற்கு பின்னால் மற்றொரு சப்பரத்தில் உண்ணாமலை அம்மன் தனியாக வருவார். அண்ணாமலையாரின் இரண்டாவது திருமணத்தால் ஊடல் கொண்டு தனியாக அவர் வருகிறார் என்பதன் அடிப்படையில் இத்திருவிழா 'திருஊடல் திருவிழா' என்றழைக்கப் படுகிறது.

2. ஒவ்வொரு ஆண்டும் கார்த்திகை மாதத்தில் கார்த்திகை தீபத்திருநாளில், தேரோட்டம் நிகழும். அப்போது அண்ணாமலையார் உற்சவமூர்த்தியாய், பெரிய தேரில் தன் வண்ணார அம்மனுடன் வீற்றிருந்து உலா வருவார். பெரிய தேரின் பின்னால் சிறிய தேரில் உண்ணாமலையம்மன் வீற்றிருந்து உலா வருவார் (நாகராஜன் : 2008).

3. பங்குனி உத்திரத்தன்று அண்ணாமலையார் தன் வண்ணார் மனைவிக்குத் தாலி கட்டும் சடங்கு பெரிய தெருவிலுள்ள வண்ணார் மடத்தில் நிகழும். இதில் வண்ணார் சமூகத்தினர் திரளாகக் கலந்துகொள்கின்றனர்.

4. தன் வளர்ப்புத் தந்தையான வல்லாள மகாராஜா இறந்த வுடன் அண்ணாமலையார் இறுதிக்கடன் செய்தார். சம்பந்தக்காரர் இறந்துபோனால், இறுதிக்கடன் செய்த மருமகனுக்கு, பெண் வீட்டார் தலைப்பாகை கட்டும் சடங்கு செய்வது வழக்கம். இதனடிப்படையில் தலைப்பாகை கட்டும் சடங்கு திருவண்ணாமலைக்கு கிழக்கே மூன்று கி.மீ. தொலைவிலுள்ள குறிஞ்சல் ஆற்றங்கரையில் நிகழும். இதற்காக அண்ணாமலையார் சப்பரத்தில் ஏறி வருவார். இச்சடங்கில் வண்ணார் சமூகத்தினர் தலைப்பாகை எடுத்துக் கொடுக்க, கோவில் பட்டர் அதை வாங்கி

உற்சவ மூர்த்தியாய் வந்துள்ள அண்ணாமலையார் தலையில் கட்டுவார். இந்நிகழ்ச்சியை வல்லாள மகாராஜாவின் சம்பந்தக் காரரான பெண் வீட்டார் நிகழ்த்துவதன் அடிப்படையில், இது நிகழும் ஊர் 'சம்பந்தனூர்' என்று பெயர் பெற்றதாக நம்புகின்றனர். இந்நிகழ்ச்சி நடைபெறும் மடம் 'காரிய மடம்' என்றழைக்கப் படுகிறது. இறந்தவர் நினைவாக நிகழும் இறப்புச்சடங்கையே 'காரியம்' என்று குறிப்பிடுவது மரபு. இதன் அடிப்படையிலேயே 'காரிய மடம்' என்று இம்மடம் பெயர் பெற்றுள்ளது.

5. இரண்டாவது கதை வடிவுடன் தொடர்புடையதாக 'ஆருத்ரா தரிசனம்' திருநாளன்று கருப்புத்துணி போர்த்தியவாறு வரும் ஒருவரை பக்தர்கள் வாழை மட்டையால் அடிக்கின்றனர். மேற்கூறிய புராணக்கதைகள் எழுத்து வடிவிலான கோவில் தல புராணத்தில் இடம்பெறவில்லை. இக்கதைகளும் சடங்குகளும் இடையிலான உறவு விளக்கப்படவில்லை. வெறும் சடங்குகளாக மட்டும் அவை சித்தரிக்கப்படுகின்றன.

6. திருவண்ணாமலை மாவட்டம் ஆலம்பூண்டி கிராமத்தில் ஒவ்வொரு ஆண்டும் கார்த்திகை மாதம் முழுவதும் அங்கு வாழும் ஆதிதிராவிடர் சமூகத்தைச் சேர்ந்த சிறுவர்கள் பின்வரும் செயலை மேற்கொள்கின்றனர். சிறுவர்கள் அனைவரும் கூட்டமாகச் சேர்ந்து கொண்டு ஊரின் சாலைகளில் ஊர்வலம் போல் அதிகாலையில் செல்வார்கள். அப்போது பின்வரும் பாடலை உரக்கப் பாடிச் செல்வர்.

'டோய் டோய் - ஓய் ஓய்
அண்ணாமலையாரே -ஓய்ஓய்
யாருமேலே ஆசைப்பட்டே - ஓய் ஓய்
வண்ணாரப் பொண்ணு மேலே
ஆசைப்பட்டே ஓய் ஓய்'

(தகவல் திரு. வே.அ.ரமேஷ்நாதன்).

சிறுவர் விளையாட்டு போன்றும் சடங்கு போன்றும் அமையும் இச்செயல் அண்ணாமலையாரை முன்னிலைப்படுத்தி நடத்தப்படும் கார்த்திகைத் தீபத் திருவிழா நிகழும் மாதமான கார்த்திகை மாதம் நடைபெறுவது குறிப்பிடத்தக்கது. இம் மாதத்தில்தான் திருவண்ணாமலையில் தேரோட்டம் நிகழ்கிறது.

7. விழுப்புரம் திருவண்ணாமலை சாலையின் வடபுரத்தில் உள்ளே தள்ளியுள்ள கங்கம்பட்டு கிராமத்தில் தலித் கத்தோலிக்கர்கள் வாழ்கின்றனர். இவர்கள் நடத்தும் 'தைரியநாதர் வாசகப்பா' என்ற பழமையான நாடகத்தில்,

'வண்ணாரப் பெண்ணுக்கு ஆசைப்பட்டு
கட்டும்பட்டார் அடியும்பட்டார் - உங்கள் அண்ணாமலையார்'

என்ற கூற்று இடம்பெறுகிறது. கதை வடிவம் இரண்டின் தாக்கம் இப்பகுதியில் பரவலாக இருந்துள்ளமைக்கு இது சான்றாகும்.

சிதம்பரத்தில் உள்ள வண்ணார் மடம் தொடர்பான பதினேழாம் நூற்றாண்டுச் செப்பேட்டில், அண்ணாமலைப் பரமருக்கு பெண் குடுத்தாரும் என்று இடம்பெற்றுள்ள தொடரும், கதைவடிவம் இரண்டுடன் இணைத்து நோக்கத்தக்கது.

புராணச் செய்திகளுடன் தொடர்புடையவனாக கோவில் சடங்குகள் காட்சியளித்தாலும், அவற்றில் உண்மை நிகழ்வுகள் மறைந்திருக்கும் வாய்ப்புண்டு. மேலும் நடந்த நிகழ்வுகளை மீண்டும் நிகழ்த்திக்காட்டும் (enactment) நோக்கம் சடங்குகளுக்குண்டு. அவ்வகையில் நோக்கினால் வண்ணார் சமூகத்தின் வழிபாட்டிற்குரியதாயிருந்த அச்சமூகத்தின் கோவில், நிறுவன சமயமான சைவத்துடன் இணைக்கப்பட்டதை மேற்கூறிய கதை வடிவங்களும், சடங்குகளும் உணர்த்துகின்றன என்ற முடிவுக்கு நாம் வர முடியும்.

இந்துப் புராணங்களில் கதைமாந்தர்களாக வண்ணார் சமூகத்தினர் இடம்பெறுவது தமிழ்நாட்டில் மட்டுமன்றி இந்தியாவின் பிற மாநிலங்களிலும் காணப்படுகிறது.

மானசாதேவி வழிபாடு அஸ்ஸாமில் செல்வாக்குப் பெற்ற வழிபாடாகும். சைவத்திற்கும் சக்தி வழிபாட்டிற்கும் இடையிலான மோதலை இவ்வழிபாடு வெளிப்படுத்துவதாக ஆய்வாளர்கள் கருதுகின்றனர். மானசாதேவி புராணக்கதையில் நெதாய் என்ற பெண்பாத்திரம் இடம்பெறுகிறது. மானசாதேவியின் வளர்ப்புத் தாயாகக் குறிப்பிடப்படும் இப்பெண் வண்ணார் சமூகத்தைச் சேர்ந்தவராவார். (ரெங்கையா முருகன் 2010: 153-154,164).

★

7

கதைப்பாடல்களில் வண்ணார்

செவ்விலக்கியங்களின் கதைத் தலைவர்களாகச் சமூகத்தின் மேட்டிமைப் பிரிவைச் சேர்ந்தவர்களே அமைவர். அடித்தள மக்கள் அவற்றில் மையப் பாத்திரமாக இடம்பெறுவது கிடையாது. தேவைப் படின் அற்பமான பங்களிப்பைச் செய்யும் உதிரிப் பாத்திரங்களாக இடம்பெறுவர். ஆனால் நாட்டார் கதைப் பாடல்களின் தலைவர்களாக அடித்தள மக்கள் இடம்பெறுவதில் எவ்விதத் தடையுமில்லை. தமிழ்ச் சமூக வரலாற்றில் இடம்பெறும் தகுதி, குறிப்பிட்ட நிலப்பகுதியை ஆட்சி புரியும் மன்னர்களுக்கு அளிக்கப்பட்டுள்ளது. இதற்கு மாறாக உழைக்கும் வர்க்கத்தைச் சார்ந்தோருக்கு, உரிய இடத்தை வாய் மொழி இலக்கியங்களே வழங்கியுள்ளன. வாய் மொழி இலக்கிய வகையில் ஒன்றான கதைப்பாடல் களில், வட்டார அளவிலான வீரர்களும், குழுவினரும் இடம்பெற்று சில சமூக வரலாற்று உண்மைகளை வெளிப்படுத்தி நிற்கின்றனர். இவ்வகையில் வண்ணார் சமூகத்தைச் சேர்ந்தவர்களை மையப்பாத்திரமாகக் கொண்டு பின்வரும் கதைப்பாடல்கள் உள்ளன:

1. தடிவீரசாமி கதை
2. சின்னணைஞ்சான் கதை என்ற சிவனணைஞ்ச பெருமாள் கதை
3. புலமாடன் கதை

வண்ணார் சமூகத்து வீரர்களை அல்லது மனிதர்களை மையமாகக் கொண்டு உருவான மேற்கூறிய கதைப்பாடல்கள் இம்மக்களின் சமூக வரலாற்றை அறியப் பெரிதும் துணை நிற்கின்றன. கதைப்பாடல்களுக்கே உரிய மட்டுமீறிய கற்பனைகள், இயற்கை பிறழ்ந்த நிகழ்ச்சிகள் ஆகியன இவற்றில் இடம் பெற்றுள்ளன. என்றாலும் இவற்றை நீக்கிவிட்டுச் சில உண்மை களை இக்கதைப் பாடல்களில் இருந்து கண்டறிய முடியும். எனவே ஒவ்வொரு கதைப்பாடல்கள் குறித்தும் தனித்தனியாகக் காண் போம்.

1. தடிவீரசாமி கதை

தடிவீரசாமி கதைப்பாடல் பதினாறாவது நூற்றாண்டைச் சார்ந்தது என்று இதைப் பதிப்பித்த நிர்மலாதேவி *(1996:125-126)* கருதுகிறார். இக்கதைப் பாடலில் இடம்பெறும் கதை வருமாறு:

நீலவண்ணான் என்பவன் புரத வண்ணார் பிரிவைச் சேர்ந்தவன். இவனது மனைவி மாடவண்ணாத்தி. இவர்கள் இருவரும் 'ஏழூர்ப் பச்சேரி' என்றழைக்கப்பட்ட ஏழு பச்சேரிகளில் வாழும் பள்ளர் (மள்ளர்) சமூகத்தினருக்குத் துணி வெளுத்து வாழ்ந்து வந்தனர். நீண்ட காலம் பிள்ளைப்பேறின்றி வருந்திய இவர்கள்,

'... மனது நொந்து புண்ணாகி
தண்ணீர்ப் பந்தல் சிமதாங்கி (சுமை தாங்கி) உண்டுபண்ணி
தான தருமங்கள் செய்யலுற்றார்'

பரதேசி, அந்தணர் ஆகியோருக்குத் தானம் வழங்கியும், கோதானம், பூமிதானம் ஆகிய தானங்களைச் செய்தும் பயனின்மையால் சங்கரன்கோவிலுக்குச் சென்று பிள்ளை வரம் பெற்றனர். அவ்வாறு வரம் தந்த தெய்வம், பிறக்கப் போகும் மகனுக்குப் பதினெட்டாம் வயதில் 'கண்டம்' உண்டு என்று குறிப்பிட்டது.

பின்னர் ஆண் குழந்தையொன்று பிறந்தது. அக்குழந்தைக்கு வாசமுத்து என்று பெயரிட்டு, அஞ்சாவது வயதில் படிக்க வைத்தனர். பத்து வயதிற்குள் பல்வேறு மந்திர வித்தைகளைப் படித்து முடித்து, மந்திரமூர்த்தி என்று அவன் பெயர் பெற்றான். இவனது பன்னிரெண்டாவது வயதில், குமரி மாவட்டம் பூதப் பாண்டியைச் சேர்ந்த சாத்திப்பிள்ளை என்பவளைத் திருமணம் செய்வித்தனர். திருமணம் முடிந்த பின்னர் தனது குலத் தொழிலை மந்திரமூர்த்தி மேற்கொண்டான். பொருநை ஆற்றங்கரையோரம் குடில் போட்டு அவன் தொழில் செய்ததை,

'வெங்கலத்தால் வெள்ளாவி
விதவிதமாய்(த் தான்ப) தித்து
ஒரு பூதம் அழுக்கெடுக்க
ஒரு பூதம் வெளுத்தடிக்க
வெளுத்தடிக்க இரு பூதம்
வீட்டுக்கு வீடு குடுக்க ஒரு பூதம்'

என்று கதைப்பாடல் மிகைப்படுத்திக் குறிப்பிடுகிறது. இது ஒருபுறமிருக்க, நாடார் சாதியைச் சேர்ந்த புதியவன் என்பவன் மந்திரமூர்த்தியிடம் முறைப்படி தட்சிணை வைத்து மந்திரங்களை படித்து வந்தான். ஒரு கட்டத்தில் மந்திரமூர்த்தியின் சாதியைக் கூறி இழிவுபடுத்திவிட்டுப் புதியவன் பிரிந்து சென்றான்.

திருச்செந்தூர் பகுதியைச் சேர்ந்த செம்பாரக் குடும்பன் என்பவனது மகள் சோணமுத்து என்பவள் தன் பத்தாவது வயதில் பூப்பெய்தினாள். முதற் பூப்பெய்திய பெண்களும், மாதவிலக்கான பெண்களும் நீராட பொருநையாற்றில் 'முட்டுத்துறை' ஒன்றிருந்தது. சோணமுத்து அங்கு நீராட வந்து சேர்ந்தாள். நீராடிவிட்டு, மாத்துத் துணிக்காக வண்ணார் துறைக்கு வந்து சேர்ந்தாள். அங்கு மந்திரமூர்த்தியைக் கண்டு மாத்துத் துணி வாங்கிக்கொண்டு ஊர் திரும்பினாள்.

சோணமுத்துவின் மூட்டுத் துணியைத் துவைத்து அழுக்கு நீக்கிய மந்திரமூர்த்தி, தன்னையொத்த ஆண் உருவத்தையும் அவளையொத்த பெண் உருவத்தையும் அவளது சேலையின் அடி முந்தியிலும் மேல் முந்தியிலும் அழகாக வரைந்தான். பின்னர் தன் மந்திர ஆற்றலால் மோகினியை வரவழைத்து, அதைச் சோண

முத்துவின் இருப்பிடத்துக்குத் துவைத்த துணியுடன் நடுஇரவில் அனுப்பி வைத்தான்.

மோகினியும் சோணமுத்துவிடம் நடுஇரவில் செல்ல, 'இத்தனை நாள் செல்வானே, இவ்வேளை வருவானே' என்று சோணமுத்து கேட்டாள். ஓமநல்லூர், திடியூருக்கு, உவர்மன் அள்ளப் போயிருந்தேன். அவசரமாகக் கொடுக்க வேண்டும் என்பதனால் நடுஇரவில் வந்துள்ளேன் என்று சோணமுத்து வடிவில் வந்திருந்த மோகினி பதில் கூறியவாறு, சோணமுத்து கொடுத்தனுப்பிய சேலையையும் கொடுத்தது.

அதை வாங்கி உடுத்திய சோணமுத்து அதில் வரையப் பட்டிருந்த ஓவியங்களின் விளைவால் தன்னிலை மறந்தாள். அடுத்து அவள் செய்த செயலை.

'சம்பா அரிசி கொண்டு
 சமைத்துக் கொதித் திறக்கி
ஆட்டுக்கறி கோழிக்கறி
 அதிகிறச்சி கூவநீரும் (கூவம்-கிணறு)
தேட்டுக் கருவாட்டுத் துண்டம்
 திப்புலி சிறப்புடனே (திப்பிலி-கள்)
ஏழடுக்குச் சட்டியிலே
 எடுத்தாளே சாதங்கறி
மோகினியை முன்னே விட்டு
 மொய்குழலாள் பின்துடர்ந்தாள்'.

என்று கதைப்பாடல் குறிப்பிடுகிறது. இறுதியாக மந்திரமூர்த்தியின் குடிசைக்குள் சோணமுத்து நுழைந்தாள். உறங்கிக் கொண்டிருந்த மந்திரமூர்த்தி எழுந்தான். உடன் சோணமுத்து,

'வாழையிலை தான்விரித்து
 வைத்தாளே சாதங்கறி
கட்டிச்சோறு புட்டு வைத்து
 கலங்காத தயிர் வார்த்து
உண்ணுமென்று உபசரித்தாள்
 உத்த பிள்ளை சோணமுத்து
உண்டு மிஞ்சின சாதங்களை
 உடன் கையிலே தான்பொசித்து'.

சப்பர மஞ்சள் கட்டிலில் அவனுடன் இருந்தாள். பின் அவள் உள்ளத்தில்.

'கன்னி யழியலையே
கலியாணம் செய்யலையே!
மாலையிட்டுப் பார்க்கலையே
மன்னர் முகம் காணலையே!
வயறதிலே ஆனாக்கால் (கருவுற்றால்)
வையத்துக்கு யிழுக்காச்சே!
ஏழண்ணன்மார் கண்டாக்கால்
எலும்பெலும்பாய்ச் சதைத்திடுவார்!

என்ற எண்ணங்கள் தோன்றின.

உள்ளி முடித்தாலும்
உயிரிழந்து போனாலும்
ஒன்னை நான் மறப்பதில்லை
உன்மேல் யாணையுண்டு'. (ஆணையுண்டு)

என்று மந்திரமூர்த்தி தேற்றினான். பின்னர் இருவரும் இருந்த நிலையை,

'சிரித்து விளையாடி
தின்றார்கள் இலைபாக்கும்
மகுந்து விளையாடி (மகிழ்ந்து)
மங்கை நல்லாள் சோணமுத்தை
பஞ்சணைமேல் இருபேரும்
பள்ளிகொண்டா ரன்னேரம்

என்று கதைப்பாடல் குறிப்பிடுகிறது.

வெள்ளி உதிக்கு முன்னே
விடிய ஒரு சாமத்திலே
சோணமுத்துப் பெண்கொடியும்
தோகையவள் எழுந்திருந்து
மந்திரமூர்த்தியைத்தான்
மன்னவனைத் தான் பார்த்து
மத்தியான மதியத்திலே
மன்னவனே நான் வாரேன்'

என்று சொல்லி சோணமுத்து எழுந்து வெளியில் வந்து வீடு வந்து சேர்ந்தாள். மறுநாள் நண்பகலில் குடத்தில் சாதம் கறியுடன் சோணமுத்து மந்திரமூர்த்தியின் குடிசைக்குள் நுழைந்தாள். இதை மந்திரமூர்த்தியிடம் பகை கொண்டிருந்த புதியவன் பார்த்து விட்டான். மந்திரமூர்த்தியின் அழிவுக்கு இதைப் பயன்படுத்த முடிவு செய்தான்.

உழவு வேலையை முடித்துவிட்டு சோணமுத்துவின் அண்ணன் மார்கள் எழுவரும் புதியவனிடம் கள் குடிக்க வந்தார்கள். கள் குடிக்கப் பனை ஓலைப் பட்டையைக் கொடுத்த புதியவன் இளைய தம்பிக்கு பட்டையின் இடதுபுற நுனியை அறுத்து விட்டுக் கொடுத்தான். இவ்வாறு நுனியை அறுத்துக் கொடுப்பது அவமானப்படுத்தும் முறையாகும். மேலும் கள்ளில் தூசி, துரும்பு, சிறு வண்டுகள் கிடப்பதை பன்னாடையில் (அரிப்பு) அரித்து விட்டுதான் குடிப்பவர்களுக்கு ஊற்ற வேண்டும். ஆனால் புதியவனோ, கள்ளெடுத்து விடும்போது அவ்வாறு செய்யாமல், 'கருப்பெடுத்துக் குடியுமென்றான்'. இதுவும் கூட அவமதிக்கும் முறைதான். இச்செயல்களால் கோபம் கொண்ட சோணமுத்துவின் அண்ணன்மார்களிடம்,

'உங்கள் ஏழுபேர்க்கும் இளைய தங்கை
இன்பமுள்ள சோணமுத்தை
சோணமுத்துப் பெண்கொடியை
தோகை நல்லா (ளி)ளையவளை
உங்களுக்கு வெளுத்து வரும்
உத்ததொரு மந்திரமூர்த்தி
மந்திரமூர்த்தியுமே அவளை
வைப்பாக வைத்திருக்கான்'

என்று புதியவன்; கூறினான். இதை நிரூபிக்க முடியுமா? என்று கேட்டபோது, மறுநாள் ஓடைக்கரையில் ஏழுபேரும் பதுங்கி யிருக்க வேண்டுமென்றும், சோணமுத்து அவன் குடிசைக்குள் நுழைந்தவுடன் தன் தலைப்பாகை அசைத்து, சைகை காட்டு வதாகவும் புதியவன் கூறினான். அதை ஏற்று எழுவரும் வீடு சென்றனர். மறுநாள் எழுவரும் ஓடைக்கரையில் பதுங்கியிருக்க, புதியவன் பனைமரத்தில் ஏறியிருந்தான்.

குடத்தில், சாதம் கறியுடன் சோணமுத்து மந்திரமூர்த்தியின் குடிசைக்குள் நுழைந்தாள். திட்டமிட்டபடி புதியவன், தன் தலைப் பாகையை அவிழ்த்து அசைத்தான். உடனே ஏழு அண்ணன்களும் மந்திரமூர்த்தியின் குடிசையைச் சுற்றிக் கொண்டார்கள்.

மந்திரமூர்த்தி, மை ஒன்றைச் சோணமுத்துவின் மீது தடவி, அவர்கள் கண்ணுக்கு தெரியாது மறைந்து போகும்படிச் செய்தான். தன்னை ஒரு பூனையாக உருமாற்றிக் கொண்டு, குடிசையை விட்டு வெளியே பாய்ந்தான். இருவரையும் காணமுடியாமல், சோண முத்துவின் அண்ணன்கள், புதியவனிடம் எங்கே மந்திரமூர்த்தி? என்று கேட்க, பூனை வடிவில் மந்திரமூர்த்திதான் வெளியேறினான் என்பதைத் தன் மந்திர ஆற்றலால் கண்டறிந்து கூறினான். உடனே அவர்கள் பூனையைப் பின்தொடர்ந்தனர். அவன் பல்லியாக மாறினான். பல்லியைப் பின் தொடர்ந்தபோது பல்லி, எலியாக மாறி ஓடி வைக்கோற் போரில் பதுங்கியது. உடனே வைக்கோற் போர் உரிமையாளருக்குக் கிரையமாகப் பொன் கொடுத்து தீ வைத்தார்கள்.

தன் மந்திர ஆற்றலால் தீ தன்னைச் சுடாதவாறு காத்துக் கொண்ட மந்திரமூர்த்தி, வெள்ளெலி வடிவம் எடுத்து குளத்தில் நீர் வெளியேற அமைந்துள்ள மடைக்குள் சென்று ஒளிந்து கொண்டான். உடனே முப்பது துலாம் மிளகாய் வற்றலும், முப்பது கட்டு வைக்கோலும் வாங்கி வந்து அவற்றை மடையின் முன் பகுதியிலும் பின் பகுதியிலும் திணித்து அடைத்துத் தீ வைத்தனர். நெருப்பு எரிந்து புகை வரும்போது 'புகையோடு புகையாக' வெளியேறி, மந்திரமூர்த்தி தப்பிவிட்டான். வெள்ளெலி வடிவில் இருந்த மந்திரமூர்த்தி இறந்து போனான் என்று நம்பி சோண முத்துவின் அண்ணன்கள் திரும்பிச் சென்றனர்.

கொண்டையங்கோட்டை மறவர்கள் ஏழு பேர், விளைந்து கதிர் முற்றிய வயல்களில் நெல் கசக்கியெடுத்துச் சேகரித்த நெல் மூட்டைகளைச் சுமந்து வரும்போது மந்திரமூர்த்தியின் குடிசையில் விளக்கொளி தெரிவதைக் கண்டனர். செத்துப் போனவன் குடிசையிலே விளக்கெரிகிறதே எனறு அவர்களில் ஒருவர் தன் தலைச்சுமையை இறக்கி வைத்துவிட்டு வந்து எட்டிப் பார்த்தார். விளக்கொளியில் மனைவியுடனும், சோணமுத்துவுடனும்

மந்திரமூர்த்தி உறங்கிக் கொண்டிருப்பதை கண்டனர். இச்செய்தியை ஏழு ஊர்களில் உள்ள பள்ளர் (மள்ளர்) சமூகத்துக்கும் அறிவித்தனர்.

திரண்டு வந்த மள்ளர்கள் குடிசையைச் சுற்றி நிற்கின்றனர். பின் மந்திரமூர்த்தியைப் பிடித்துக் கயிறுகொண்டு கட்ட, கயிறு துண்டு துண்டாய்ப் போனது. பிறகு மன்னனின் உத்தரவு பெற்று அவனை வெட்டினர். வெட்டியபோது என்ன நிகழ்ந்தது என்பதனைக் கதைப்பாடல் பின்வருமாறு குறிப்பிடுகிறது.

'வடக்கே முகமாகத் தான் நிறுத்தி
மன்னன் புலியூருத் தேவனவன்
வீச்சருவாள் தனை யெடுத்து
வீசினானே தலைய தைத்தான்
வெட்டின வெட்டிருக்க
வீச்சறுத் தறங்கிடவே (தறங்கிடவே-தெறித்திடவே)
பின்னம் ஒரு கத்திகொண்டு
பிடரியிலே போட்டானே
வெட்டுகிற கத்தியது
வீச்சருவாள் தறங்கிடவே
என்னயென்ன காரணமோ
எல்லோருந் தான் நினைந்து
பார்த்து மங்கே பரதவித்து
பார மன்னர் நிற்கையிலே

பார்த்தானே மந்திரமூர்த்தி
பாவினையாய் ஏது சொல்வான்
வாருங் காணும் தேவமாரே
வார்த்தை யொன்றுஞ் சொல்லக் கேளும்!
வலது புசமதிலே ஒரு குளுசம்
வலது துடையதிலே ஒரு குளுசம்
புடதியிலே ஒரு குளுசம்
புளந்து மங்கே தானெடுத்தால்
அடியோடே முடிசாய்வேன்
ஆனதொரு தேவமாரே!

மூணு குளுசமதைத் தானெடுத்து
முகனை(யுடனே) தேவனவன்

வீச்சருவாள் தனையெடுத்து
வீசிவிட்டான் தலையதைத்தான்
தலையதுதான் கீழ்விழு முன்
தாங்கினான் இரு கையாலே
மூன்று தேரம் சுத்தியல்லோ
முடிசாய்ந்து கீழ்விழுந்தான்
முடிசாய்ந்து கீழ்விழுந்தான்
மூர்க்கமுள்ள மந்திரமூர்த்தி'

மந்திரமூர்த்தி இறந்ததும், அவன் மனைவியும், சோணமுத்தும் அங்கு வந்து அழுது புலம்பி தற்கொலை செய்து கொண்டனர்.

கொலை செய்யப்பட்ட எட்டாம் நாளன்று, மந்திரமூர்த்தி அதிகாலையில் புதியவன் வீடு சென்று,

'அண்ணே அண்ணே புதியவனே
ஆணழகா யெழுந்திரிடா!
கிழக்கே வெளுக்குதடே
கீர்த்தியுள்ள புதியவனே!
பாளைசீவ வரவில்லையோ
பார மன்னா புதியவனே!

என்று எழுப்பினான். வந்திருப்பது மந்திரமூர்த்தியின் ஆவி என்பதை அறியாத புதியவன்,.

'பதறியே தான் முழித்து
படுகதவைத் தான் துறந்து
அச்சுத்தடி மாராப்பும் (அச்சுத்தடி - முறுக்குத்தடி)
அருவாளும் தனையெடுத்து
வீடுவிட்டே வெளியில் வந்தான்'

அதன் பின்னர் நடந்தது என்ன என்பதனைக் கதைப்பாடல் பின்வருமாறு குறிப்பிடுகிறது.

'மந்திரமூர்த்தி முன் நடக்க
மன்னவன் பின் நடந்தான்
கும்புடு பனையதிலே
கொத்தவனும் வந்து சேர்ந்தான்

அச்சுத்தடி தான் சாத்தி
    ஆனதொரு தலையெடுத்து
புதியவனும் தான் ஏற
    போர்வேந்தன் மந்திரமூர்த்தி
பனையோடே பனையாக
    பாரமுள்ள புதியவனை
கொன்று பழியெடுத்தான்
    கொற்றவனும் மந்திரமூர்த்தி
புதியவனைப் பழியேத்து
    பிறப்பட்டார் மந்திரமூர்த்தி!

ஏழுஊரு பச்சேரிக்கும்
    இன்பமுடன் போய்ப் புகுந்து
வாந்தி போலும் பேதி போலும்
    வயத்தோட்டம் மாந்தப் பேதி
மண்டையிடி காச்சல் போலும்
    மாந்தப் பேதி குளுரு போலும்
எட்டோடே யெட்டு னாளாய்
    எடுத்த கடன் கீழ் வையாமல்'

மந்திரமூர்த்தியின் கோபத்தைத் தணிக்கும் முகமாக அவனுக்கு உயிர்ப்பலி கொடுத்து, தடிவீரன் என்று பெயரும் இட்டு, பீடம் அமைத்து வழிபடத் தொடங்கினர். இவ்வாறு மந்திரமூர்த்தி என்ற புரத வண்ணார் சமூக இளைஞன் தடிவீரன் என்ற தெய்வமாயினான்.

புரத வண்ணார் சமூகத்தினருக்கும் மந்திர ஆற்றலுக்கும் இடையிலான தொடர்பை இக்கதைப்பாடல் குறிப்பிடுகிறது. கதைப்பாடலின் தலைவனான வாசமுத்து மந்திரங்கள் கற்று மந்திரமூர்த்தி எனப் பெயர் பெற்றுள்ளான். இதன் அடிப்படையில யதார்த்தத்துக்குப் புறம்பான நிகழ்வுகள் கதைப்பாடலில் இடம்பெற்றுள்ளன.

இரட்டைத் தீட்டுக்கு ஆளானவர்களாகப் புரத வண்ணார்கள் கருதப்படுவதை இந்நூலின் தொடக்கத்தில் கண்டோம். இக்கதைப் பாடலில் இது வெளிப்படுகிறது. 'சாதியிலே ஈனனவன்' 'ஈனனுக்கு கையெடுத்தல்' என்று புரத வண்ணாரான மந்திரமூர்த்தியைக்

கதைப்பாடல் குறிப்பிடுகிறது. 'முட்டுத் துணி' என்ற பெயரில் பூப்புக் குருதி படியும் துணியை வெளுத்துத் தர வேண்டிய அவலத்தையும் கதைப்பாடல் வெளிப்படுத்துகிறது.

கதைப்பாடலில் இடம்பெறும் இயற்கை பிறழ்ந்த நிகழ்வு களை நீக்கிவிட்டுப் பார்த்தால் புரத வண்ணார் சமூக இளைஞன் ஒருவன், சாதி மீறிக் காதலித்தமைக்காகக் கொலை செய்யப் பட்டமையும் அவனது ஆவி குறித்த அச்சத்தினால் அவனைத் தெய்வமாக்கியமையும் புலப்படுகிறது.

சின்னணைஞ்சான் கதை

தென்காசிப் பகுதியில் துவர(ரை) வண்ணார் பிரிவைச் சேர்ந்த மாட வண்ணான் என்பவன் வாழ்ந்து வந்தான். இவனது மகள் சின்னணைஞ்சி. அழகு மிகுந்த இவளை வண்ணாரமாடன் என்பவன் திருமணம் செய்து கொண்டான். தொழில் முறைப்படி சின்னணைஞ்சி அழுக்கெடுக்கச் சென்று வரும்போது, அங்கு வாழும் ஆடவர்களின் செயலையும், மனநிலையையும்

'அடந்ததென் காசியிலே யவரவர்கள் மனைதோறும்
நடந்துசென் றழுக்கெடுத்து நன்னுதலாள் வருநேரம்
வரும்வழியில் சின்னணைஞ்சி வடிவுகண்டங் காடவர்கள்
பெருவிரலை மூக்கில்வைத்துப் பேதலித்து நிற்பாரும்
ஒருவருண்டோ யிவள்தனைப்போ
லொப்பமுள்ள பெண்ணேனவே
தெருவதிலே கண்டவர்கள் தியங்கிமதி மயங்கிடுவார்.
மன்றாடுஞ் சின்னணைஞ்சி மையலினால் சிலபேர்கள்
கொண்ட மையலாள் சிலபேர் குளிர்பிடித்துத் தான்கிடப்பார்
இன்று நம்மோடேயிருந்து யிணங்கிமுகம் பாராளோ
பாராளோ வாராளோ பஞ்சணையில் வந்திவள்தான்
நேராக வார்த்தைசொல்லி நிலையுடனம் மிடத்திருந்தால்
சீரான நாடுபரி திரவியமுங் கொடுத்திடலாம்'

என்று கதைப்பாடல் குறிப்பிடுகிறது. ஆனால் சின்னணைஞ்சியோ,

'அடுத்தவரோடு உறவாடாள்
கண்டவர்மேல் ஆசைகொள்ளாள்
மிடுத்தனமாய்த் தன்கணவன்
வெளுத்தெடுப்பான் றன்னைவிட்டு

விட்டுப் பிரிந்தறியாள் வேத்தூரில் தங்கியறியாள்
கட்டுந் தறியைவிட்டுக் கடராத ஆவினம்போல்
மட்டுவிட்டுக் கடரறியாள் வரம்புதப்பி நடக்கறியாள்
தப்பாசைக் காரரோடு சரசமிட்டு விளையாடறியாள்
பட்டுடைய மொப்பினையும் பனித்தமலர்க் குழலகும்
தனித்துவழி நடக்கறியாள் தங்கூரில் போகறியாள்
இனத்தில் வண்ணார் தன்னோடே யிருந்து விளையாடறியாள்
மனத்தில் வஞ்சகம் அறியாள் வரம்புதப்பி நடக்கறியாள்
அற்புதஞ்சேர் விழியறிகி யமுர்தகுண வாயழகி
வேப்பிலைபோல் விழிமடவாள்
மெல்லி நல்லாள் சின்னணைஞ்சி
ஒப்புரவா யழுக்கெடுத்து ஊருசுத்தி வருநேரம்
ஊரிலுள்ளோர் தங்கள் முன்னே
வொழுங்குதப்பி நடக்கறியாள்
பேருசொல்லி விளித்தாலும் பெருவழியில் நிக்கறியாள்
மூக்கறையர் போல்திரியும் முகடர் கண்ணில் முழிக்கறியாள்
வாக்கறியா வார்த்தைசொல்லும்
வண்டரைக் கண்டுறவாடாள்'.

ஒரு நாள் வண்ணான் தன் மனைவி சின்னணைஞ்சியை, தொழில் முறையாக ஊருக்குள் அனுப்பினான். அவளும்,

'கஞ்சிச் சேலையுடுத்துக் கையில் வளைகள் கலகலவென
வஞ்சிக்கொடி யிடையாள் மையிட்ட கண்ணு மதிமுகமும்
கொஞ்சுங் குயில்மொழியாள் கோதி முடிந்த தலையழகும்
முடியுந் துடியிடையு முந்தாங்கிச் சேலையு மேத்தாப்பும்
பிடிபோல நடையழகி பேடைமயில் போலே'

'கடிதாய் வழிநடந்து' தென்காசி நகரை வந்தடைந்தாள். அப்போது சிவனணைஞ்சவன் என்ற குறுநில மன்னன் அவளைக் கண்டு,

'செப்புத் தனமுஞ் சிறந்த முகமும்
தேசத்திலிப் படியுங் கண்டதில்லை
இல்லை நமக்கு யிவள்தன்னைப் போலே
இப்படிப் பெண்ணொருத்தி கிடையாது
அல்லும் பகலு மிருந்து நம்மோடே

ஆசார வார்த்தைகள் பேச வாராளோ
வாராளோ சின்னணைஞ்சி யென்று சொல்லி'

காமவயப்பட்டு நின்றான். அவளை நோக்கி அவன் காதல் மொழி பகர அவள் அதைப் பொருட்படுத்தாது அவனிடமிருந்து விலகிச் சென்றாள். சின்னணைஞ்சி மீது கொண்ட மோகவெறி முற்றி சிவனணைஞ்சான் வருந்தியிருந்தான். அவன் வாட்டத்திற்கான காரணத்தை மறத்தலைவன் வினவ, சின்னணைஞ்சியின் மீது தான் கொண்ட மோகத்தை எடுத்துரைத்தான். அத்துடன் அவளைத் தன்னுடன் கொண்டு வந்து சேர்த்தால் நிலம், பொன், குதிரை, பதவி என பலவற்றைத் தருவதாக வாக்களித்தான். அதன்படி மறத்தலைவனும் அவளிடம் சென்று சிவனணைஞ்சானின் விருப்பத்தை வெளிப்படுத்தினான். ஆனால் சின்னணைஞ்சியோ அதனைத் திடமாக மறுத்துவிட்டாள்.

தன் ஆசையைக் கைவிடாத சிவனணைஞ்சவன் மலைவாசி களிடம் இருந்து வசிய மருந்து வாங்கி வந்து அதை வெற்றிலையில் வைத்து சிறுக்கன் என்பவன் வாயிலாக சின்னணைஞ்சியிடம் தந்து விடுகிறான். வசியமருந்து கொண்ட வெற்றிலையைத் தின்றதால் மதிமயங்கிய சின்னணைஞ்சியைத் தன்னிடம் வரவழைத்து அவளுடன் கூடி மகிழ்கிறான். சின்னணைஞ்சி அவனுடன் தங்கி விடுகிறாள். ஆனால் இது அவள் விரும்பி மேற்கொண்டதல்ல என்பதனை,

'மையல் தீர்ந்தபின் கையை நெரிக்கிறாள்
மனையில் தாய்மாரை நினைந்து தேடுவாள்
வந்து மூன்றுநா ளாகிப் போச்சுதே
மாயமா யென்னை யேது செய்தீரோ
வீட்டில் போய்முகங் காட்டி வருகிறேன்
வேந்தனே யென்னை விட்டிடுவா யென்றாள்'

என்ற கதைப்பாடல் வரிகள் உணர்த்துகின்றன. தன் மனைவியைக் காணாத மாடவண்ணான் குறுநில மன்னர் சீவலமாறனிடம் முறையிட்டான். தன் தங்கை பொன்னுருவியின் மகனான சிவனைணைஞ்சான் அவளைக் கவர்ந்து வைத்திருப்பதை காவலர் வாயிலாக அறிந்து, சின்னணைஞ்சியை அனுப்பி வைக்கக் கூறினான். அவன் கூறிய அறிவுரையை சிவனணைஞ்சவன் ஏற்கவில்லை.

கோபம் கொண்ட சீவலமாறன் அவனைப் பிடித்து வருமாறு, படையை அனுப்பினான். போரில் சின்னணைஞ்சி மடிகிறாள். சிவனணைஞ்சவன் பிடிபட்டு, சீவலமாறனின் ஆணைப்படி வெட்டிக் கொல்லப்பட்டான். பின் தெய்வமாக வழிபடப் பட்டான்.

அன்றைய நிலவுடைமைச் சமூகத்தில் நிலவிய பாலியல் வன்முறைக்குப் பலியான வண்ணார் சமூகப் பெண்ணின் வரலாறே இக்கதைப்பாடலாக உருப்பெற்றுள்ளது. வரலாற்று நிகழ்வொன்று கதைப்பாடலாக மாறும்போது கதைப்பாடல் கலைஞர்கள் மாறுதல்களை உருவாக்கிக் கொள்வது பொதுவான மரபு. இங்கும் அது நிகழ்ந்துள்ளது.

ஆதிக்கச் சாதியினர் தம் மேலாண்மையை நிலைநிறுத்தும் வழிமுறைகளில் ஒன்று பழமரபுக் கதைகளை (Legends) புராணக் கதைகளாக மாற்றுவது, இக்கதைப் பாடலின் மற்றொரு பனுவலில் சிவனின் படைத் தலைவன் வீரபத்திரன் சிவனின் கட்டளையால் பொன்னுருவியின் வயிற்றில் மகனாகப் பிறந்தான் என்றும், தேவலோக ரம்பை ஒருத்தியே வண்ணாரப் பெண்ணாகப் பிறந்தாள் என்றும் குறிப்பிடுகிறது. திருமணம் ஆகாத சின்னணைஞ்சியைத் தான் சிவனணைந்தான் விரும்பியதாகவும் இக்கதைப்பாடல் குறிப்பிடுகிறது. மண்ணுலக மாந்தர்கள் முற்பிறவியில் தெய்வ லோகத்தில் வாழ்ந்தவர்கள் என்ற செய்தியையும், திருமணமான பெண் / திருமணமாகாத பெண் என்று குறிப்பிடப்படுவதற்கான காரணத்தையும் ஆராய்வது அவசியமானது.

வீரபத்திரனின் வாரிசுகள் என்று வண்ணார்களின் தோற்றக் கதையொன்று குறிப்பிடுகிறது. இங்கே திருமணமான வண்ணார் பெண்ணைக் கவர்ந்து வந்த சிவனணைஞ்சான் வீரபத்திரன் அம்சமாகிறான். வண்ணாரப் பெண்ணான சிவனணைஞ்சி தேவ லோக ரம்பையின் அம்சமாகிறாள். காலப்போக்கில் இரு சமூகத் தினரும் இக்கதைப்பாடல் தத்தம் சமூகத்தை இழிவுபடுத்து கிறது என்று கருதியதன் அடிப்படையில் சின்னணைஞ்சிக்கும், சிவனணைந்த பெருமாளுக்கும் தெய்வலோக முற்பிறவியை வழங்கியுள்ளனர். இதன்வாயிலாக மணமான பெண்ணைக் கவர்ந்த இழிசெயலும், அவ்வாறு கவர்ந்து செல்லப்பட்டமையால்

வண்ணார் சமூகத்துக்கு ஏற்பட்ட அவமானமும் நீக்கப்படுகின்றன. ஒரு பழமரபுக் கதை புராணக் கதையாக மாற்றப்பட்டதால் இது சாத்தியமாயிற்று.

என்றாலும் வேறு காரணங்கள் எதுவும் இம்மாற்றத்திற்குக் காரணமாக இருந்ததா? என்பதை ஆராயும் போது இக்கதைப் பாடல்களின் பதிப்பாசிரியரான நிர்மலாதேவி *(1998:56):*

> வண்ணாத்தி சின்னணைஞ்சியின் இறப்பின் பின்னர் 'வண்ணார் கலகம்' என்ற ஒன்று தென்காசியில் ஏற்பட்ட தாகவும், அதனால் அங்கிருந்த அரசர் பரம்பரையினர் சிதறிப் பல இடங்களுக்கும் சென்றுவிட்டதாகக் களஆய்வுச் செய்தி கிடைக்கின்றது. தென்காசியில் 'சிவனணைஞ்சான் கோட்டை' உள்ளதாகத் தெரிகின்றது.

என்று எழுதியுள்ள செய்தி முக்கியத்துவம் உள்ளதாகிறது. தன் சமூகத்துப் பெண் ஒருத்தியைக் குறுநில மன்னன் ஒருவன் கவர்ந்து சென்றமையால் வண்ணார் சமூகத்தினர் கொதித்தெழுந்து கலகத்தில் ஈடுபட்டுள்ளனர். அதேநேரத்தில் கவர்ந்து சென்றவன் கொலையுண்டு போனபின் தெய்வமாக்கப்பட்டுள்ளான். தெய்வம் ஆக்கப்பட்ட பின்னரே அத்தெய்வத்தைக் குறித்த கதைப்பாடல் உருவாகும் என்பதன் அடிப்படையில் இக்கதைப்பாடல் உருவாகியுள்ளது என்பதில் ஐயமில்லை.

வண்ணார்களின் எதிர்ப்பைக் (கலகம்) கட்டுப்படுத்தும் வழிமுறையாகவே, மறவர்களின் தூண்டுதலால் இக்கதைப் பாடலில் மேற்கூறிய மாற்றங்கள் செய்யப்பட்டுள்ளன என்று கொள்வதுதான் பொருத்தமாயிருக்கும். எதிர்க்குரல் ஒன்றை அமுங்கச் செய்வதில் இம்மாற்றத்திற்குப் பங்கிருந்துள்ளது.

புலமாடன் கதை

முருகனது ஆறுபடை வீடுகளுள் ஒன்றாக தூத்துக்குடி மாவட்டத்தில் உள்ள திருச்செந்தூர் சைவர்களால் கருதப்படுகிறது. இவ்வூருக்குத் தெற்கே உள்ள கடற்கரைச் சிற்றூர் மணப்பாடு. மணப்பாடு ஊருக்கு மேற்கே உடை மரங்கள் மிகுந்த தேரிப் பகுதியில் அணைஞ்சபெருமாள், சிவனடியாள் என்ற புரத வண்ணார் குலக் கணவனும் மனைவியும் வாழ்ந்து வந்தனர்.

இவர்களது மகன் புலமாடன். இவனையடுத்துப் பிறந்த மகள் புலைமாடி. அண்ணன் புலமாடனும், தங்கை புலமாடியும் ஒருவர்க்கொருவர் மிகுந்த அன்புடன் வீட்டிலேயே இருந்தனர். ஒரு நாள் அவர்களது தாய் சிவனடியாள் இவ்விருவரையும் நோக்கி,

'அறைதனிலே நாள்தோறும் நீரிருந்தால்
ஆரும் நம்மைமதியார்கள்.
அழுக்கெடுக்கும் குலமல்லவோ?
ஊருசுற்றி அழுக்கெடுத்து
உடன்வெளுத்தால் கஞ்சியுண்டு
அறைதனிலே இருப்பதல்லால்
ஆக இருபேருமாக
துறையதிலே போறதில்லை
துடர்ந்து வரக் காணவில்லை.
....
இவர் நமக்கு மக்களில்லை
ஈன்றதனால் பலனுமில்லை
தவக்குறைதான் மாறாது
சண்டாளப் பிள்ளை என்றாள்'.

இவ்வுரை கேட்ட புலமாடன், தன் தங்கையை அழைத்துக் கொண்டு வீட்டை விட்டு வெளியேறினான். பல ஊர்களைக் கடந்து, பசியுடன் தள்ளாடியவாறு காளிப் புலையன் வாழும் மலைப்பகுதிக்கு வந்தனர். அவனிடம் புலமாடன் பல மந்திரங் களைக் கற்றுக் கொண்டான். பின் பெற்றோரைப் பார்த்து வருவதாகக் கூறி அவனிடம் விடைபெற்று தங்கையுடன் ஊருக்குத் திரும்பினான்.

இருவரையும் கண்ட சிவனடியாள் அழுது புலம்பினாள். மறுநாள் ஊரில் அழுக்கெடுத்து வந்த சிவனடியாள், வீட்டில் இளைப்பாறியபோது, புலமாடன் தன் தாயை நோக்கி,

'தாயாரே நீங்கள் சலித்து வெளுக்க வேண்டாம்
இத்தனை நாளும் வெளுத்து உடனே கொத்து வாங்கி (கூலி)
எங்களை நீயும் வளர்த்து உருவாக்கினாய் தாயே
பெற்றதாய் வேலைகள் செய்யவே பார்த்தங்கிருந்தால்
பிள்ளைக்கு வேறுபலன் கிடையாது திடமே.
கஞ்சியை ஊற்றம்மா சீலை வெளுக்கவே போறோம்'.

என்று கூறி, அழுக்குத் துணிகளுடனும், புலமாடத்தியுடனும் காட்டுப் பகுதிக்கு வந்தான். அங்கு துணிகளை உவர்முக்கி, வெள்ளாவிப் பானைக்குள் போட்டுத் தண்ணீர் ஊற்றி, பானையின் மேல் சேலையை வளைந்து சுற்றி விட்டு, கொண்டு வந்த தீயை மூட்டினான். பற்றிய தீ அணைந்து விட்டது. உடனே தன் தங்கையை நோக்கி,

‘தீ எடுக்க நான் போனால் சேலையோ களவு செய்வார்
தங்கையரே வண்ணார்கள் தான் வெளுக்கும் துறைக்கே
இங்கே தீ கொண்டு வர ஏந்திளையே போ நீ’

என்றான். அவளும் வண்ணார் துறைக்குச் சென்று தீ எடுத்து வந்தாள். புலமாடன் தீமூட்டி வெள்ளாவி வைத்து முடித்தான்.

தங்கை புலமாடத்தி திரும்பி வரும்போது திருச்செந்தூர் முருகன் கோவிலுக்குரிய மாடுகள் மேய்ந்து கொண்டிருந்தன. அதில் மலட்டுப் பசு ஒன்றும் இருந்தது. அதன் இறைச்சியை உண்ண விரும்பிய புலமாடத்தி, தன் தமையனை நோக்கி,

‘அண்ணே அங்கு நிற்கிற கடாரிக் கன்றை
அறுத்தெனக்கு கறி எடுத்து தரவும் வேணும்
ஈரக்குலை மடுக்குழியும் அறுத்தெனக்கு
ரத்தமெல்லாம் கொழுப்புடனே வரட்ட வேணும்
தராமல் இருந்ததுண்டால் தறிப்பில்லை காண்
தவறாமல் நான் சாவேன் அண்ணா என்றாள்’

காளிப் புலையன் வாயிலாக அறிந்து கொண்ட மூலிகை ஒன்றைத் தேடிக் கண்டுபிடித்து, அதைப் பறித்து, புல்லுடன் வைத்து அம்மலட்டுப் பசுவிற்குப் புலமாடன் கொடுத்துவிட்டான். அதைத் தின்ற பசு இறந்துபட,

‘விழுந்ததொரு காராவைக் கிடத்திப் போட்டு
விரைவுடனே தன்னுடைய கத்தியாலே
ஈரக்குலை தாமரைக்காய் கொழுப்புமாக’

தாளி ஒன்றில் எடுத்துப் போட்டு, சதை எலும்பும் கழற்றிப் போட்டு, உப்பு மிளகு இல்லாமல் தானவித்து சாராயத்துடன் தின்றனர்.

கோவிலுக்குரிய பசு காணாமல் போன செய்தியை அறிந்த மணியக்காரர் அதைத் திருடியவனைக் கண்டுபிடித்து 'கண்ட இடத்திலே வெட்டிடுமென்று' காவல்காரர்களுக்கு உத்தரவிட்டார். அவர்களும் மாடுகள் மேய்ந்த பகுதியில் தேடினபோது, இறைச்சி சமைத்த அடையாளங்களைக் கண்டனர். அதனையடுத்து புலமாடனும், புலமாடியும் சாராய போதையில் உறங்குவதைப் பார்த்து அவனிடமிருந்த பொட்டலத்தில் கறியொடு ஈரல் வறட்டின தெல்லாம் கண்டெடுத்தனர். உடனே புலமாடன் கையைக் கயிற்றால் கட்டினர்.

புலமாடி அழுது புலம்பி, மாட்டிற்கீடாக தன் தாய் எத்தனை பொன் ஆனாலும் தருவாள் என்று கதறினாள். காவல்காரர்கள் மணியக்காரருக்குச் செய்தியனுப்பினர். 'பட்டப்பகல் மாடறுத்த கள்ளனைத்தான், பாதை நடுவிலிட்டு அவனை வெட்டிப் போடு' என்று அவன் கட்டளையிட்டான். அதன்படி அவனை ஒரே வெட்டாய் வெட்ட, அவன் இறந்து போனான். புலமாடி நாக்கைப் பிடுங்கி இறந்து போனாள். இறந்த இருவரது ஆவிகளும் திருச்செந்தூர் முருகனை வணங்கி அழிக்கவும், ஆக்கவும் செய்யும் வரங்களைப் பெற்றன.

★★★

இம்மூன்று கதைப்பாடல்களும், ஒடுக்கப்பட்டோருள் ஒடுக்கப்பட்டோராய் வாழும் புரத வண்ணார் சமூகத்தை மையமாகக் கொண்டே உருவாகியுள்ளன.

1. மந்திரமூர்த்தி கதைப்பாடலில் இடம்பெறும் சோண முத்து சாதிமீறி காதலித்தமைக்காகக் கொல்லப்பட்டான்.

2. சின்னணைஞ்சான் கதைப்பாடலில் இடம்பெறும் சின்னணைஞ்சி, ஆதிக்க சாதியினரின் பாலியல் வேட்கைக்குப் பலியான பெண்.

3. மாடு திருடிய சிறு குற்றத்திற்காகத் தலை துண்டிக்கப் பட்டுக் கொல்லப்பட்டவன் புலமாடன்.

நிலவுடைமைச் சமூக அமைப்பில் சாதியப் படிநிலையில் கீழ்நிலையில் வைக்கப்பட்டோரின் மீது ஏவப்பட்ட வன்முறை யினை இக்கதைப் பாடல்கள் வெளிப்படுத்தி நிற்கின்றன. இவை

கடந்தகால வரலாறாக மட்டுமின்றி நிகழ்கால நிகழ்வுகளாகவும் தொடர்வது சிந்திக்க வேண்டிய ஒன்று. இதை மாற்றியமைக்கும் வரை இம்மூன்று கதைப்பாடல்களும் காலம் கடந்தவையாக இல்லாமல் ஏதேனும் ஒரு வகையில் நிகழ்கால யதார்த்தத்தின் வெளிப்பாடாகவே காட்சி தரும்.

(1832ஆம் ஆண்டில் 17 ஓலைகளில் எழுதப்பட்ட புலமாடன் கதைப்பாடலின் காகிதப் படியை வழங்கிய முனைவர் அ.கா.பெருமாள், நாகர்கோவில் அவர்களுக்கு என் நன்றி)

குறிப்புகள்

1. தமிழ்நாட்டில் வழங்கிய கதைப்பாடல்களின் ஏட்டுப் பிரதிகளும், காகிதப் பிரதிகளும் பல்கலைக்கழக மற்றும் தனியார் நிறுவனங்களின் ஆவணக் காப்பகங்களில் உள்ளன. இவை தவிர தொழில்முறைக் கலைஞர்கள் மற்றும் ஆய்வாளர்களிடமும் உள்ளன. இவையெல்லாம் வெளிவராத நிலையில் இங்கு குறிப்பிடப்படும் மூன்று கதைப் பாடல்கள் மட்டுமே வண்ணார் சமூகத்தை மையமாகக் கொண்டு உருவானவை என்று முடிந்த முடிவாகக் கூறிவிட முடியாது.

2. சாதகப்படி, ஒரு குறிப்பிட்ட வயதில் ஒருவருக்கு ஏற்படும் ஆபத்து அல்லது எதிர்மறையான விளைவுகளைக் 'கண்டம்' என்பர்.

3. பெண்களின் மாதப் பூப்புக்காலம் தீட்டுக்குறிய காலமாகக் கருதப்பட்டதால் இப்பெண்கள் நீராட, தனியாக நீராடும் துறை அமைப்பது வழக்கமாயிருந்தது. 'முட்டு' என்ற சொல் தீட்டைக் குறிக்கும். இதன் அடிப்படையிலேயே 'முட்டுத் துறை' எனப்பட்டது.

4. மாதப் பூப்புக்காலத்தில் கிராமப்புறப் பெண்களின் தீட்டுச் சேலையை எடுத்துச் சென்றுவிட்டு அதற்கு மாற்றாக துவைத்த சேலையைக் கொடுப்பது, வண்ணார்களின் கடமையாக இருந்தது. இவ்வாறு மாற்றாகத் தரும் சேலை என்பதால் 'மாத்துச்சேலை' எனப்பட்டது.

5. வைக்கோற் போரின் அடிப்பகுதியில் வெள்ளெலிகள் வாழ்வது வழக்கம். இன்றும் கூட வெள்ளெலி பிடிப்பவர்கள் வைக்கோற் போர்களைக் காலி செய்யும்போது வருவது வழக்கம்.

6. கதிர் முற்றிய நிலையில் உள்ள வயலில் சாக்கு அல்லது பெட்டியுடன் சென்று நெற்பயிரைக் கையால் கசக்கி நெல் மணிகளைத் திருடிச் செல்லும் வழக்கம் இன்றும் உண்டு. இது இரவு நேரத்தில் தான் நடக்கும்.

7. தட்சன் என்பவனுடன் சிவன் செய்த போரில் படைத் தளபதியாக இருந்தவன் வீரபத்திரன். இவனது வியர்வையில் இருந்து தோன்றியவர்களே வண்ணார்கள் என வண்ணார் களின் தோற்றம் குறித்த கதையொன்று குறிப்பிடும்.

8. சுடலைமாடன் என்ற தெய்வத்தை மையப் பாத்திரமாகக் கொண்ட கதைப்பாடலில் இடம்பெறும் மலையாள நாட்டு மந்திரவாதி, காளிப்புலையன். இவனது ஆற்றலை

   'அம்மிகளைப் பறக்கவைப்பான் ஐந்நூறு - காத வழி
   சுழவு (முறம்) களைப் பறக்க வைப்பான்
   தொண்ணூறு காதவழி'

   என்று சுடலைமாடன் வில்லுப்பாட்டு குறிப்பிடும்.

9. தீப்பெட்டி அறிமுகமாகாத கால கட்டத்தில் நெருப்புக் கனலை சிரட்டை அல்லது வரட்டியில் எடுத்து வந்து சருகு அல்லது கந்தைத் துணிகளை அதன் மேல் போட்டு ஊதி, தீ பற்ற வைப்பது வழக்கம். இவ்வழக்கத்தின் அடிப்படையிலேயே புலமாடன் வீட்டிலிருந்து நெருப்பை எடுத்து வந்துள்ளனர்.

★

8

தெய்வமாக்கப்பட்ட வண்ணார்கள்

சைவம், வைணவம் என்ற இரு நிறுவனசமயங்களின் எல்லைக்குள் வராத தெய்வங்கள்; தமிழகத்தில் ஏராளமாக உள்ளன. இவற்றைக் கிராம தெய்வம், குல தெய்வம் என்ற பெயர்களிலும், இவை உறையும் இடங்களை ஊர்க்கோவில், கிராமக்கோவில் என்ற பெயர்களிலும் அழைப்பது பொதுவான மரபு. சிறுதெய்வம், பேய்க்கோவில் என்று மேட்டிமை யோர் இவற்றைக் குறிப்பிடுவர். ஆய்வாளர்களால் இத்தெய்வங்கள் நாட்டார் தெய்வங்கள் என்றழைக்கப் படுகின்றன.

இயல்பாக இறந்த, தற்கொலை புரிந்தும், விபத்தில் சிக்கியும், கொலையுண்டும் இறந்த மனிதர்களின் நினைவாக உருவானவையே இத்தெய்வங்கள்.

மனித உடலில் ஆவி என்ற ஒன்று உறைவதாகவும், மனிதன் இறந்தபின் அதன் உடலைவிட்டு அது வெளியேறுவதாகவும் புராதன மனிதன் நம்பினான். குறிப்பிட்ட மனிதனொருவன் வாழ்வதற்கென்று வரையறுக்கப்பட்ட காலத்திற்கு முன்பே, கொலை,

விபத்து, தற்கொலை என்பனவற்றால் அவனது உயிர் பறிக்கப் படும் போது அவனது உடலில் உறைவதாக நம்பும் ஆவியானது, அமைதியற்றுப்போகிறது என்ற கருத்து உருவாகியுள்ளது. இதன் தொடர்ச்சியாக அவனது ஆவியானது தன்னைக் கொன்றோரைப் பழிவாங்கும் என்ற பய உணர்வின் அடிப்படையில் அதனைத் தடுக்கும் முகமாக அவனை வணங்கத் தொடங்கினர். மற்றொரு பக்கம் அவனது ஆவியை அமைதிப்படுத்தி அதன் துணையைப் பெறலாம் என்றும் நம்பினர்.

கொலையில் உதித்த தெய்வங்கள்

இத்தகைய நம்பிக்கைகள் மிகவும் தொன்மையானவை என்பதற்குச் சான்றாக சங்க கால நடுகல் வழிபாடு உள்ளது. போர்க்களத்தில் மரணமடைந்த வீரனுக்கு நடுகல் நாட்டும் வழிமுறை குறித்துத் தொல்காப்பியமும், நடுகல் வழிபாடு குறித்து சங்க இலக்கியங்களும் குறிப்பிடுகின்றன. கல்வெட்டுக்களுடன் கூடிய நடுகற்களும் கிடைத்துள்ளன.

நடுகல் வழிபாட்டின் தொடர்ச்சியாகவே கொலையுண் டோருக்குக் கல்நாட்டியும், பீடம் அமைத்தும், சிலைவடித்தும் வணங்கும் வழக்கம் நிகழ்கிறது. கொலையில் உதித்த தெய்வங்கள் என்று இத்தெய்வங்களை அழைக்கலாம்.

கொலையில் உதித்த தெய்வங்கள் யாவும் அடிப்படையில் உண்மையில் மனிதர்களே. மனிதர்கள் சிலர் இவ்வாறு தெய்வ மாக்கப்படுவதற்கு அவர்கள் கொலையுண்டதே அடிப்படைக் காரணம். கொலைக்கு ஆளாவதற்கான காரணங்களுள் ஒன்று சாதிமீறி காதலித்தலாகும். கௌரவக்கொலை என்று ஊடகங் களிலும், நீதிமன்றத் தீர்ப்புகளிலும் இன்று இடம்பெறும் கொலைச் செயலுக்கு அடிப்படைக் காரணம் சாதி மீறிய காதல்தான்.

சாதி மீறிக் காதலித்துக் கொலைக்காளான இளைஞர்களும், இளம்பெண்களும் தெய்வங்களாக நிலைபெற்றுள்ளார்கள். இவ் வரிசையில் வண்ணார் சமூக இளைஞர்களும் இடம்பெற்று உள்ளனர்.

வண்ணார மாடன்

திருநெல்வேலி மாவட்டத்தில் பாய் நெசவுக்குப் புகழ்பெற்ற பத்தமடை என்ற ஊர் உள்ளது. இவ்வூரின் அருகில் பொருநை

ஆற்றின் தென்கரையில் உள்ள கிராமம் கரிசூழ்ந்த மங்கலம். இவ்வூரில் வாழ்ந்த வண்ணார் சமூக இளைஞனொருவன் அவ்வூரைச் சேர்ந்த பிராமணப் பெண்ணொருத்தியைக் காதலித் துள்ளான்.

இக்காதலையறிந்த பெண்ணின் தந்தை அவ்வண்ணார இளைஞனைக் கொலை செய்யத் தன் அடிஆட்களை ஏவினான். அவர்களும் அவனது முழங்காலை வெட்டிவிட்டுச் சென்றனர். வெட்டுண்ட அவ்விளைஞன் இறந்து போனான். பின் கரிசூழ்ந்த மங்கலம் ஆற்றிங்கரையோரம் பீடம் எழுப்பி அவனைத் தெய்வ மாக்கினர். இம்மாவட்டத்தில் கொலையுண்டு தெய்வமான ஆண்களை மாடன், பட்டன், பட்டவராயன், பட்டபிரான் என்றழைக்கும் மரபுண்டு. இம்மரபின்படி இத்தெய்வம் வண்ணார மாடன் என்று பெயர்பெற்றது.

கொலையுண்ட வண்ணார் இளைஞனது ஆவி குறித்த அச்சம் பிராமணர்களிடம் உருவானது. அதேநேரத்தில் உயிர்ப் பலியேற்கும் அத்தெய்வத்தின் கோவிலுக்குச் சென்று வழிபட அவர்களது சாதிய மேலாண்மையும், அவர்கள் பின்பற்றி வந்த வைதீக சமய நெறியும் தடுத்தது. இச்சிக்கலை அவர்கள் வேறு வழியில் தீர்த்தனர்.

நாட்டார் கோவில் திருவிழாவின் முக்கிய கூறு சாமி யாட்டமாகும். இந்நிகழ்வில் குறிப்பிட்ட தெய்வத்தின் ஆவி சாமியாடியின் மீது இறங்கும் என்பது வழிபடுவோரின் நம்பிக்கை. மேலும் சாமியாட்ட நிகழ்வென்பது முன்னர் நடந்ததாக அவர்கள் நம்பும் நிகழ்வை மீண்டும் நடத்திக்காட்டும் நிகழ்வாக (enactment) அமையும் தன்மையது.

இதன் அடிப்படையில் வண்ணாரமாடன் கோவில் கொடையின் (திருவிழாவின்) போது சாமியாட்டம் இரவில் நிகழும். சாமி யாடியாக இருப்பவர் வண்ணார் சமூகத்தைச் சேர்ந்தவராக இருப்பார். சாமியாட்டம் முடிந்தபின் சாமியாடியின் முழங்காலை மடக்கி தொடையுடன் சேர்த்து சங்கிலியால் கட்டிப் பூட்டிவிடுவர். இதனால் அவன் ஒரு காலுடனேயே நடக்கமுடியும். இச்செய லானது வண்ணார் இளைஞன் முழங்கால் வெட்டப்பட்டு ஒரு காலுடன் நடந்த நிகழ்வை நினைவுபடுத்துவதாகும்.

பின்னர் நொண்டியடிப்பது போல் ஒருகாலின் துணையுடன் பிராமணர்கள் வாழும் அக்கிரகாரப் பகுதிக்குள் சாமியாடி நுழைவார். அவர் வரவை எதிர்பார்த்து பிராமணக் குடும்பம் ஒவ்வொன்றும் முறுக்கு, சீடை, தட்டை, இலட்டு, அதிரசம், ரவா லாடு, வடை போன்ற தின்பண்டங்களில் ஒன்றிரண்டை வீட்டில் தயாரிப்பர். சுளவு (முறம்) ஒன்றில் திண்பண்டத்தை வைத்து அவரவர் வீட்டிற்கு முன் தெருவில் அதை வைத்துவிடுவர். தோசை, இட்லி வைப்பதும் உண்டு.

சங்கிலி பூட்டப்பட்டு ஒற்றைக் காலுடன் வரும் சாமியாடி, தம் தோளில் துணியால் ஆன பை போன்ற பொட்டலத்தைத் தொங்க விட்டிருப்பார். இது அக்கால வண்ணார்களின் வழக்கம் சார்ந்தது.

அக்கிரகாரத் தெருவிற்குள் இரவு நேரத்தில் நுழையும் வண்ணார் சமூகத்தைச் சேர்ந்த சாமியாடி ஒவ்வொரு வீட்டின் முன்பும் முறத்தில் வைக்கப்பட்டிருக்கும் தின்பண்டங்களை எடுத்துத் தன் தோள்ப் பையில் போட்டவாரே அத்தெருவைக் கடந்து கோவிலை வந்தடைவார்.

இந்நடைமுறையில் நடப்பியல் சார்ந்த செய்தியொன்றுள்ளது. சாமியாடி என்பவன் அந்நிகழ்வின் போது மனித உருப்பெற்ற தெய்வமாவான். அவ்வகையில் வண்ணார மாடன் கோவில் கொடையின்போது சாமியாடி, எப்போதோ கொலையுண்ட வண்ணார் இளைஞனாகவே விளங்குகிறான். வீட்டிற்கு வரும் மருமகனை உபசரிக்க இத்தகைய தின்பண்டங்களைச் செய்து வழங்குவது பொதுவான தமிழ்நாட்டு மரபு. இங்கு பிராமணப் பெண்ணைக் காதலித்தமையால் வண்ணார் இளைஞன் மருமகன் முறையாகிறான். எனவே இத்தகைய தின்பண்டப் படையல் நிகழ்கிறது.

காலப்போக்கில் சங்கிலியில் பூட்டுப்போட்டு நடந்து செல்ல சாமியாடி முன்வரவில்லை. இதனால் துண்டு ஒன்றால் கட்டி சாமியாடியை அனுப்பினார்கள். அவர் இரவில் அக்கிரகாரப் பகுதியை அடைந்ததும் துண்டை அவிழ்த்துவிட்டு நடந்து சென்று தெருவைக் கடந்தவுடன் மீண்டும் துண்டால் கட்டிக்கொண்டு நடந்து வரத்தொடங்கினார்.

கரிசூழ்ந்தமங்கலம் கிராமத்தை விட்டு பிராமணக் குடும்பங்கள் வெளியேறியமையாலும், வண்ணார மாடசாமிக் கோவில் சாமியாடிக்கு இவ்வாறு தின்பண்டம் படைப்பது தம் சாதிக்கு இழுக்கைத் தருவது என்று பிந்தைய தலைமுறை கருதியதாலும் இச்செயல் நின்றுவிட்டது. என்றாலும் சாதிமீறி காதலித்தமைக்காகக் கொலையுண்ட வண்ணார் சமூக இளைஞனை நினைவுபடுத்திக் கொண்டு, வண்ணார மாடசாமி கோவில் கரிசூழ்ந்தமங்கலத்தில் இன்றும் நிலைபெற்றுள்ளது. அதன் பூசாரியாக வண்ணார் சமூகத்தைச் சேர்ந்தவரேயுள்ளார்.

வண்ணாரமாடன் : 2

திருநெல்வேலி மாவட்டத்தின் தென்கிழக்குப் பகுதியில் உள்ள இட்டமொழி, சமூகரெங்கபுரம் என்ற ஊர்களுக்கு நடுவில் உள்ள கிராமம் கோட்டைக்கருங்குளம். இக்கிராமத்தில் வாழ்ந்த முதலியார் சாதிப் பெண்ணொருத்தியை அதே கிராமத்தைச் சேர்ந்த வண்ணார் சாதி இளைஞன் காதலித்துள்ளான்.

அப்பெண்ணின் தந்தை தம் பண்ணையில் பணிபுரிந்த தேவர் சாதியைச் சேர்ந்த பண்ணையாளைத் தூண்டிவிட்டு அவ்விளை ஞனைக் கொலை செய்துவிட்டார். பின்னர் அவ்விளைஞனின் ஆவி குறித்த அச்சம் காரணமாக அவனுக்குப் பீடம் அமைத்து அத்தேவர் குடும்பத்தினர் தம் குலதெய்வமாக வழிபடுகின்றனர் (தோழர்.ஆர்.குமார்).

★ ★ ★

திருநெல்வேலி மாவட்டம் சமூகரெங்கபுரம், குமரி மாவட்டத்தின் திருப்பதிசாரம், இரவிபுதூர், மருங்கூர் ஆகிய ஊர்களில் வண்ணார மாடன், வண்ணார மாடத்தி வழிபாடு நிகழ் வதாகவும், மண்பீடம் அமைத்து இவ்விரு தெய்வங்களையும் வழிபடுகின்றனர் என்றும் தெரியவருகிறது. (தகவல்: இராம பாண்டி, பாளையங்கோட்டை) திருநெல்வேலி மாவட்டம், அம்பாசமுத்திரம் செல்லும் சாலையில் உள்ள கூனியூர் என்ற ஊரிலும் வண்ணார மாடன் வழிபாடு நிகழ்வதாக ஆய்வாளர் பெரியதுரை (சேரன்மாதேவி) குறிப்பிட்டார். கொலையுண்டு இறந்து தெய்வமாக்கப்பட்டவர்களை ஆண் என்றால் மாடன் என்றும்,

பெண் என்றால் மாடத்தி என்றும், பெயரிட்டு வழிபடுவது தென்மாவட்ட மரபு. மேற்கூறிய வண்ணார மாடன், வண்ணார மாடத்தி ஆகிய இருவரின் கொலைக்கான காரணத்தைக் கண்டறிய முடியவில்லை. எப்படியென்றாலும் ஆதிக்க சக்திகளால் கொலை செய்யப்பட்ட வண்ணார் சமூகத்தினரே இவ்வாறு தெய்வமாக்கப் பட்டுள்ளார்கள் என்பது மட்டும் உறுதி.

ஈனமுத்து

தூத்துக்குடி நகரில் இருந்து திருநெல்வேலி செல்லும் நெடுஞ்சாலையில் தெய்வச் செயல்புரம் என்ற கிராமம் உள்ளது. இதற்கு வடக்கேயுள்ள சிறு கிராமம் சிங்கத்தா குறிச்சி. இவ்வூரில் புரத வண்ணார் சமூகத்தைச் சேர்ந்த ஈனமுத்து என்ற இளைஞர் தெய்வமாக்கப்பட்டுள்ளார்.

ஈனமுத்து என்ற இளைஞன் புரதவண்ணார் சாதியைச் சேர்ந்தவன். பிராமண குலத்தைச் சேர்ந்த பெண் ணொருத்தியை இவன் காதலித்தான். இதனையறிந்த பிராமண நிலக்கிழார் ஆட்களை வைத்து அவனைக் கொலை செய்ய ஏற்பாடு செய்தார். ஊர்ச்சோற்றினைத் துணியில் மூட்டையாகக் கட்டி முதுகில் சுமந்து வரும் போது நிலக்கிழாரின் ஏவலாட்கள் அவன் காலை வெட்டினர். வெட்டுண்ட அவன் நொண்டியவாறே வந்து உயிர் துறந்தயிடமே பீடம் அமைந்துள்ள இட மாகும். ஈனமுத்து இறந்த செய்தி கேட்டு அங்கு வந்த அவன் காதலியும் உயிர் துறந்தாள். எனவே அவளையும் வழிபடுகின்றனர். பெயரைச் சுட்டாது சாதியின் பெயரால் பாப்பாத்தி அம்மன் என்றே அழைக்கின்றனர். கொடையின் போது ஈனமுத்துவுக்குத்தான் உயிர்ப் பலியுண்டு. அம்மன் பிராமணச் சாதியாதலால் உயிர்ப் பலி கொடாது, சர்க்கரைப்பொங்கல், தேங்காய் படைக் கிறார்கள். ஈனமுத்து, பாப்பாத்தி என்று குழந்தை களுக்குப் பெயரிடும் பழக்கமும் உண்டு. இச்செய்தி களைக் கூறிய தகவலாளர் தமது பெண்ணொருத்திக்குப் பாப்பாத்தி என்று பெயரிட்டுள்ளார். (சிவசுப்பிர மணியன்.ஆ, 2013, பூச்சியம்மன் வில்லுப்பாட்டு, பக்கம். 26-28)

இதுபோன்று கொலையில் உதித்த மேலும் பல வண்ணார் சமூகத் தெய்வங்களைக் கண்டறிய முடியும். இத்தெய்வங்கள் மீதான பக்தியுணர்வை விலக்கிவிட்டு வாய்மொழியாக வழங்கும் அவற்றின் தோற்றப் புராணங்களை சேகரித்து ஆராய்ந்தால் இச்சமூகத்தின் வீரர்களைக் கண்டறிய முடியும்.

மேற்கூறிய மூன்று ஊர்களிலும் தெய்வமாக்கப்பட்டுள்ள வண்ணார் சமூக இளைஞர்கள் இறுக்கமான சாதி எல்லையைத் தாண்டி மேட்டுக்குடிப் பெண்களைக் காதலித்துள்ளனர். இது நிலவுடைமைச் சமூகத்தின் மரபை மீறிய செயலாகும். இம்மரபு மீறிய செயலே அவர்களது கொலைக்குக் காரணமாக அமைந்து விட்டது.

மக்களாட்சி முறை வளர்ச்சியடைந்துள்ள இன்றையச் சூழலிலேயே சாதிமீறிக் காதலிப்போரையும், காதலித்துக் திருமணம் செய்து கொண்டோரையும் கொலைசெய்யும் கொடுமை நிகழ்கிறது. இக்கொலைகளுக்குக் கௌரவக்கொலை (Honour Killing) என்ற பெயரும் இடப்பட்டுள்ளது. நீதிமன்றங்களின் ஆவணங்களிலும்கூட இப்பெயர் இடம்பெற்றுவிட்டது. தமிழக அரசியல் கட்சி ஒன்றின் தலைவர் சாதி மீறியக் காதலை அடையாளப்படுத்த 'நாடகக்காதல்' என்ற கலைச்சொல்லையே உருவாக்கிவிட்டார்.

தற்போதைய நிலையே இப்படியென்றால் சில நூற்றாண்டு களுக்கு முன்னர் எப்படியிருந்திருக்கும் என்று கூறத் தேவை யில்லை. எவ்வாறாயினும் சமூகத்தடையை மீறி, சாதிமீறிக் காதலித்ததன் விளைவாகத் தம் உயிரை இழந்த இவ்விளைஞர் களை வீரர்கள் (Heros) என்றழைப்பதில் தவறில்லை.

★ ★ ★

போரில் இறந்தபட்ட வீரர்களின் நினைவாக நடுகல் நாட்டி வழிபடுவது தமிழர்களின் தொன்மையான வழிபாட்டு மரபு. பெரும்பள்ளி என்ற ஊரைச் சேர்ந்த வண்ணார் ஒருவர் பகைவர் கவர்ந்து சென்ற ஆநிரைகளை மீட்டார். இப்போரில் அவர் இறந்துபட அவர் நினைவாக அவருக்கு நடுகல் நாட்டியுள்ளனர். வேலூர் மாவட்டம், திருப்பத்தூர் வட்டம் பெரும்பள்ளி ஊரிலுள்ள

விநாயகர் கோவிலுக்கு அருகில் இந்நடுகல் உள்ளது. இதன் காலம் பதினைந்தாம் நூற்றாண்டாகும் (ரமேஷ், துக்கன், 2013:21). கல்வெட்டுத் தொடர் வருமாறு:

> ஸ்வஸ்தி ஸ்ரீ
> பெரும்பள்ளி வண்ணான் படல்
> தொறுமீட்டுப்பட்டான்.

கொலையுண்டு தெய்வமாக்கப்பட்ட வண்ணார் சமூக வீரர்கள் வரிசையில் இந்நடுகல் வீரனையும் சேர்த்துக் கொள்ளலாம். போர் வீரர்களாகவும் வண்ணார்கள் இருந்துள்ளமைக்கு இந்நடுகல் கல்வெட்டுச் சான்று பகர்கிறது.

இவர்களைப் போன்றே நிலவுடைமைச் சமூகத்தில் எதிர்க் குரல் எழுப்பியும், மரபு மீறியும் கொலைக்காளாகித் தெய்வ மாக்கப்பட்ட வண்ணார் தொடர்பான பழமரபுக்கதைகளைச் (Legends) சேகரித்து வழிபாட்டு மரபுடன் இணைத்து ஆராய்ந்தால் வண்ணார் சமூகத்தின் வீரர்கள் சிலரை அடையாளம் காண முடியும்.

★

9

வண்ணார் சமூகத்தின் எதிர்காலம்

தமிழகத்தின் வண்ணார் சமூகமானது இரண்டாயிரம் ஆண்டுகள் பாரம்பரியம் கொண்ட சமூகம். இச் சமூகம் குறித்த பதிவுகள் சங்க இலக்கியங்களிலும் கல்வெட்டுகளிலும் இடம்பெற்றுள்ளன. இச்சமூகத்தை மையமாகக் கொண்டு வாய்மொழி வழக்காறுகளும், வாய்மொழி சாரா வழக்காறுகளும் தமிழ்ச்சமூகத்தில் தொடர்ச்சியாக வழக்கிலுள்ளன.

குடிஊழியம் செய்து வந்த இச்சமூகமானது தம் உடல் மீதான வன்முறைகளுக்கும், வன்முறைத் தன்மை கொண்ட சொல்லாடல்கள், சாதிய இழிவு, உரிய ஊதியமின்மை, பாலியல் வன்முறை எனப் பல்வேறு வகையிலான நிலவுடைமைக் கொடுமைகளுக்கும் காலந்தோறும் ஆளாகி வந்துள்ளது.

ஆடை வெளுத்தலுடன் மட்டுமின்றி, பல்வேறு சாதியினரின் வாழ்க்கை வட்டச் சடங்குகளில் சில பங்களிப்பைச் செய்து வந்துள்ளது. இதன்மூலம் ஓர் இன்றியமையாச் சாதியாகத் தன்னை நிலைநிறுத்திக் கொள்வது ஒருபக்கம் என்றால், இப்பணியின்

வாயிலாக இழிவையும் சுமந்தது. இன்றும் கூட இவ் அவலம் கிராமப்புறங்களில் தொடர்கிறது.

கல்வி, வேலைவாய்ப்பு, பொருளியல் நிலை ஆகியனவற்றில் பின்தங்கியுள்ளதால் தமிழ்நாட்டின் சமூக வாழ்வில் இச்சமூகத்தின் இருப்பு கண்டு கொள்ளப்படவில்லை. இன்றையத் தமிழ்ச் சமூகத்தில் பொருளாதார வலிமை, உடல் வலிமை (அடியாள் பலம்), அரசியல் அதிகாரம் என்ற மூன்றும் ஒன்றுடன் ஒன்று பின்னிப்பிணைந்துள்ளன. இம்மூன்றில் ஒன்றிருந்தால் போதும்; மற்றைய இரண்டையும் எளிதாக அடைந்துவிடலாம் என்பது தான் இன்றையத் தமிழ்ச் சூழலில் நடப்பியல் உண்மையாக உள்ளது. வாக்குவங்கி அரசியலின் விளைவால் ஒரு சாதியின் எண்ணிக்கை யளவும் இவற்றுடன் இணைந்துகொள்கிறது.

மேற்கூறிய நான்கு வகையான பலமும் இல்லாத பலவீனமான சமூகமாகவே வண்ணார் சமூகம் இன்றளவும் உள்ளது என்பது வருந்தற்குரிய உண்மை. இதனால் சமூக வளத்தில் தனக்குரிய பங்கைப் பெற முடியாத நிலையில் உள்ளது.

தமிழகத்தில் நிகழ்ந்த சமூக மாறுதல்கள் நாவிதர், வண்ணார் என்ற இரு சமூகத்தினருக்கும் அவர்களின் பணியைப் பெற்று வந்த மக்களுக்கும் இடையிலான உறவில் சில மாறுதல்களைக் கொண்டு வந்தன. காலனிய ஆட்சியின் விளைவாக ஏற்பட்ட நகரமய மாதலும், பண வடிவில் மாத ஊதியம் பெறும் மத்தியதர வர்க்கத்தின் வளர்ச்சியும் சில நல்ல மாறுதல்களை ஏற்படுத்தின.

நாள்தோறும் ‘ஊர்ச்சோறு’ என்ற பெயரில் வீடு வீடாகச் சென்று வெறும் சோறும் குழம்பும், அறுவடைக் காலங்களில் குறிப்பிட்ட அளவில் பெறும் தானியமும், ஊர்மக்களின் வீடுகளில் நிகழும் மங்கல, அமங்கல நிகழ்வுகளை ஒட்டிப் பெறும் அன்பளிப்புகளும் இவ்விரு சமூகத்தினரின் வாழ்வாதாரமாக விளங்கின.

இவற்றிற்குக் கைம்மாறாக இவற்றை வழங்கும் மக்களுக்கு அவர்களின் வீடு தேடிச் சென்று ஊழியம் செய்வதை வழக்கமாகக் கொண்டிருந்தனர்.

சமைத்த உணவுப்பொருள், தானியம் என்பனவற்றிற்கு மாற்றாகப் பணவடிவில் ஊதியம் பெறும் வழக்கம் அறிமுக மானது. மேலும் வீடு தேடி வந்து ஊழியம் செய்யும் முறை மெல்லமெல்ல மறையலாயிற்று. மாறாக இவ்விரு பிரிவினரின் சேவையைப் பெற இவர்களை நாடிச் செல்லும் புதியமுறை அறிமுகமானது. ‘சலூன்’ ‘பார்பர் ஷாப்’ என்ற பெயரில் அழைக்கப் பட்ட முடிதிருத்தகம், ‘லாண்டரி’ என்ற பெயரிலான சலவை நிலையம் ஆகியன சேவை பெறுவோரைத் தம்மிடத்துக்கு வரும்படிச் செய்தன. இதற்கு முன்னர் நீர்நிலை ஓரங்களில் இவர்களது பணியை நாடி மக்கள் வரும் வழக்கம் இருந்த தென்றாலும் அது வளம் குன்றிய பிரிவினரையே மையமாகக் கொண்டிருந்தது. ஆனால் வரையறுக்கப்பட்ட எல்லைக்குள் இயங்கிய இவ்விரு நிறுவனங்ளையும் நாடிச் செல்வோர் பணவடிவில் சேவைக்கான கட்டணத்தை வழங்கலாயினர்.

இவ்விரு சாதியனரின் பெயரின் பின் ‘பயல்’ என்ற பின்னொட்டைச் சேர்த்து அழைக்கும் பழக்கம் இதனால் மறையத் தொடங்கியது. ‘பார்பர்’ ‘டோபி’ என்ற பெயர்கள் அறிமுகமாயின. தாய்மொழிச் சொல்லைவிட மரியாதை தரும் சொற்களாக இவ்விரு ஆங்கிலமொழிச் சொற்களும் மாறின.

நாட்டு விடுதலைக்குப்பின் வளர்ச்சியுற்ற மத்தியதர வர்க்கம், சலவைத் தூள்களைப் பயன்படுத்தி, தானே சலவை செய்யும் வழக்கத்தைப் பின்பற்றத் தொடங்கியபோது சலவை செய்த துணிகளை முறையாக மடித்து துணை தேய்ப்பானால் (இஸ்திரிப் பெட்டி) தேய்த்துக் கொடுக்க மட்டும் சலவைத் தொழிலாளர்களின் உதவியை நாடினர். இதன் விளைவாக, துணி தேய்ப்பானால் துணிகளின் சுருக்குகளை நீங்கச் செய்யும் பணியை மட்டும் வண்ணாரில் ஒரு பிரிவினர் மேற்கொள்ளத் தொடங்கினர். இதன் வளர்ச்சி நிலையாக, தள்ளுவண்டியுடன் கூடிய நடமாடும் துணி தேய்க்கும் கடை உருப்பெற்றது. இவற்றின் உரிமையாளர் ‘அயர்ன் பண்ணுபவர்’ என்று பெயர் பெற்றார். ஆதிக்க உணர்வை அறிந்தும் அறியாமலும் கொண்டவர்கள் ‘அயர்ன்காரன்’ என்று ‘அன்’ விகுதியிட்டு அழைப்பதுண்டு. வண்ணார் சமூகத்தைச் சாராதோரும் கூட இன்று அயன்காரராக மாறியுள்ளனர். டெர்லின், டெரிகாட்டன், நைலான், பாலிஸ்டர் என செயற்கை இழை

ஆடைகள் அறிமுகமான பின்னர் அவற்றை வெள்ளாவியில் வைத்து சுத்தப்படுத்த முடியாது என்ற நிலை உருவானது. ஏனெனில் வெள்ளாவி முறையானது இத்துணிகளை உருக்குலைத்துவிடும். மற்றொரு பக்கம் பருத்தி ஆடைகளைப் போலன்றி இவற்றை வெளுப்பது எளிதானதென்பதால் வீடுகளிலேயே இவற்றை வெளுக்கும் பணி பரவலானது. இதன் அடுத்த கட்டமாக சலவை இயந்திரம் அறிமுகமானது. நுகர்வோர் பண்பாட்டின் வளர்ச்சியால் இன்று சராசரி வருவாய் கொண்ட குடும்பங்களிலும் இது இடம் பெற்றுள்ளது.

இம்மாறுதல்கள் அழுக்குத் துணிகளைத் தம் வாழ்வாதார மாகக் கொண்ட வண்ணாரின் பணியை மறையச் செய்துள்ளன. அதே நேரத்தில் சில சமூக மாறுதல்கள் வண்ணாரின் தொழில் அவலத்தைக் குறைத்துள்ளன. குறிப்பாக ‘முட்டுத்துணி’ ‘தீண்டத் துணி’ என்ற பெயரில் பெண்களின் மாதவிலக்குத் துணிகளை எடுத்து வந்து தூய்மைப்படுத்தும் அருவருப்பான பணியை சானிடரி நாப்கின்களின் அறிமுகம் பெரும்பாலும் மறையச் செய்துவிட்டது. இவற்றைத் தயாரிக்கும் பெரிய நிறுவனங்கள் போட்டி போட்டுக்கொண்டு மேற்கொள்ளும் தொலைக்காட்சி விளம்பரங்கள் கிராமப்புறங்களில் ஊடுருவியதின் விளைவாலும், கல்வி, வேலைவாய்ப்பு ஆகியன பெண்களைச் சென்றடைந்ததன் விளைவாலும் மூட்டுத்துணி அநேகமாக மறைந்துவிட்டது எனலாம். தீவுபோல் ஆங்காங்கே இது நிலை கொண்டுள்ளது.

பழைய சமூக அமைப்புடன் ஒப்பிடும்போது பாரம்பரியத் தொழிலின் கடுமை, இழிவு ஆகியவற்றில் இருந்து ஓரளவுக்கு வண்ணார் சமூகம் விடுதலை பெற்றுள்ளது. லாண்டரி, அயர்ன் செய்தல் என்று பெயர்களில் தொடரும் இப்பணி குடி ஊழியம் செய்பவர் என்ற நிலையை மாற்றி ஒரு தொழில் செய்பவர் என்ற தகுதியை இம்மக்களுக்கு வழங்கியுள்ளது. கல்வி பயில்வதிலும் அதன் அடிப்படையில் வேலை தேடுவதிலும் இச்சமூகத்தின் இளைஞர்களிடம் ஆர்வம் தோன்றியுள்ளது.

அரசின் அணுகுமுறை

ஆனால் அரசின் ஆதரவுக்கரம் இம்மக்களை நோக்கி நீளவில்லை. பாரம்பரியத் தொழிலுக்குள்ளேயே இம்மக்களை

நிலைநிறுத்த விரும்புவது போன்றே இதன் நலத்திட்டங்கள் அமைகின்றன. 'டோபிகானா' என்ற பெயரிலான சலவைத் துறைகள் கட்டிக் கொடுத்தல், துணி தேய்ப்பான்கள் வழங்குதல் என்பன இன்னும் இத்தொழிலில் ஈடுபட்டுள்ளோருக்கு உதவும் தன்மையன என்றாலும் இத்தொழிலில் இருந்து இவர்களை விடுவித்து அடுத்தகட்ட முன்னேற்றத்திற்கு அழைத்துச் செல்லும் நலத்திட்டங்கள் இல்லை.

நவீன சுரண்டல்

மூலதனத் திரட்சி சிலரிடம் குவிவது என்பது பரவலான நிலையில், விளிம்பு நிலை மக்கள் பிரிவினரின் வாழ்வாதாரங்கள் அவர்களிடம் இருந்து பறிக்கப்படுகின்றன. இவ்வகையில் தமிழ் நாட்டைப் பொறுத்தளவில் நாவிதர், வண்ணார், சுத்திகரிப்புத் தொழிலாளர்கள், வெட்டியான் ஆகியோர் இத்தகைய பாதிப்புக் குள்ளாகத் தொடங்கியுள்ளனர்.

இன்றைய நகர்ப்புறங்களில் அழகான கட்டமைப்புடனும் குளிர்சாதன வசதியுடனும் கூடிய ஆடம்பரமான முடிதிருத்தகங்கள் உருவாகத் தொடங்கியுள்ளன. இவற்றில் சென்று முடிதிருத்திக் கொள்ள, தொலைபேசி வாயிலாகவோ, நேரில் சென்றோ நேரத்தைப் பதிவு செய்து கொள்ள வேண்டும். வழக்கமான நகர்ப்புற முடித்திருத்தகங்களை விடக் கட்டணம் பல மடங்கு அதிகம். இவற்றின் உரிமையாளர்கள் பல்வேறு சாதியைச் சேர்ந்த பணக்காரர்கள். நாள் அல்லது மாத ஊதியக்காரர்களாக மட்டுமே நாவிதர் சமூகத்தினர் இதில் பணிபுரிகின்றனர். உரிமையாளர் ஆதிக்கச் சாதியினராகவே இருப்பார். தமிழக அரசியல் பிரமுகர் ஒருவரின் நெருங்கிய உறவுக்காரர் ஒருவர் சங்கிலித் தொடர் போல் இத்தகைய முடித்திருத்தகங்களை நடத்தி வருகிறார்.

இதுபோன்றே இராட்சத சலவை இயந்திரங்களை நிறுவி உலர் சலவை நிறுவனங்கள் நடத்தப்படுகின்றன. இதில் நாள் ஊதியக்காரர்களாக மட்டுமே வண்ணார் சமூகத்தினர் உள்ளனர். நகர்புறங்களில் உள்ள சலவை நிறுவனங்கள் சிலவும் இது போன்றே செயல்படுகின்றன. நகரத்தைச் சுற்றியுள்ள கிராமப்புற வண்ணார்கள் நாள்தோறும் இங்கு வந்து அழுக்குத் துணிகளை யெடுத்துச் சென்று அவற்றைக் கிராமப்புற நீர்நிலைகளில்

துவைத்துக் கொண்டு வருகின்றனர். இதன் பொருட்டு அவர்கள் பெறும் ஊதியம் குறைவானது. தன் வாடிக்கையாளரிடம் சலவை நிறுவனம் துணியொன்றுக்கு வாங்கும் கட்டணத்தில் மிக அற்பமான பங்கே இவர்களுக்குக் கிட்டுகிறது. தொடர்ச்சியாக வேலை கிடைப்பதாலும் பண வடிவிலான ஊதியம் என்பதாலும் இம்மக்கள் இதைச் சகித்துக் கொள்கின்றனர். எல்லாவற்றிற்கும் மேலாக 'ஊர் பூராவும் எசமான்கள்' என்ற அவலநிலைக்கு மாறாக ஒருவரே எசமான் என்ற நிலையுள்ளது.

இதுபோன்றே சுத்திகரிப்புத் தொழிலாளர்கள் நிலையும் பாதிப்புக்குள்ளாகியுள்ளது. சமூகத்தின் கழிவுகளை அகற்றும் இம்மக்கள் பிரிவினர் தம் இழிநிலைக்கு இடையிலும் சில பொருளியல் ஆதாயங்களைப் பெற்றிருந்தனர். உள்ளாட்சித் துறையில் பணிபுரிந்தோர், ஓய்வூதியம், வருங்கால வைப்புநிதி, பணிக்கொடை, பணியின் போது உயிரிழந்தால் கருணைத் தொகை குடும்பத்தினருக்கு வேலைவாய்ப்பு என்பனவற்றைப் பெறும் உரிமையுடையோராக இருந்தனர். ஆனால் இன்று சுகாதாரப் பராமரிப்பு குத்தகைக்கு விடப்படுகிறது. அரசியல்வாதிகளும், அவர்தம் கைத்தடிகளும் குத்தகையெடுத்தபின் அரசின் நேரடி ஊழியர் என்ற நிலையில் இருந்து ஒப்பந்தத் தொழிலாளர் களாகவும், நாள் ஊதியக்காரர்களாகவும் மாறியுள்ளனர்.

தொடக்கத்தில் பேருந்து நிலையங்களின் கட்டணக் கழிப் பறைகளில் இம்முறை அறிமுகமானது. குத்தகை முறையில் ஆட்சி யதிகாரத்தில் இருப்போர் அல்லது அவர்களது அரவணைப்பைப் பெற்றோர் இக்குத்தகையையெடுத்தனர். இவற்றைப் பயன்படுத்து வோர் செலுத்தவேண்டிய கட்டணம் அரசால் நிர்ணயிக்கப் பட்டிருந்தாலும் இது நடைமுறையில் இல்லை. ஒரு லிட்டர் குடிநீரை பத்து ரூபாய் அல்லது பதினைந்து ரூபாய் கொடுத்து வாங்கும் குடிமகன், சிறுநீர் வாயிலாக அதை வெளியேற்ற ஐந்தில் இருந்து பத்து ரூபாய் வரை பணத்தைச் செலுத்த வேண்டிய அவலம் உள்ளது.

குத்தகையை எடுத்தவர் இலட்சக்கணக்கில் பணம்புரட்ட, சுத்திகரிப்புத் தொழிலாளர்கள் சில நூறுகள் ஊதியம் பெற வேண்டிய அவலநிலை. இதன் அடுத்த நிலையாகச் சென்னை

மாநகரத் தந்தையாக திரு.மு.க.ஸ்டாலின் இருந்தபோது மாநகராட்சி பொறுப்பில் இருந்த குப்பை அகற்றும் பணியைத் தனியாரிடம் ஒப்படைத்தார். இவர் காட்டிய வழியைத் தமிழ் நாட்டில் உள்ள ஏனைய உள்ளாட்சியமைப்புகளும் பின்பற்றத் தொடங்கியதன் விளைவாக இன்று துப்புறவுப் பணியாளர்கள் பணிப் பாதுகாப்பையிழந்து நாட்கூலிகளாக மாறிவிட்டனர். குத்தகையெடுத்தவர்கள் வளம் பெற்றுவிட்டனர்.

பிணத்தையெரிக்கும் முறையில் மின்சாரத் தகனமேடை, எரிவாய்வுத் தகனமேடை என்ற புதிய எரியூட்டு முறை இன்று அறிமுகமாகியுள்ளது. தன்னார்வத் தொண்டு நிறுவனங்கள் அல்லது உள்ளாட்சி நிறுவனங்கள் இதைப் பராமரித்து வருகின்றன. இம்முறை பரவலாக்கப்பட்டு குத்தகைக்கு விடப்படும் காலம் தொலைவிலில்லை. அப்போது வெட்டியான்கள் குத்தகைதாரரின் பணியாட்களாக மாற்றப்படுவார் என்பதில் ஐயமில்லை.

மேற்கூறிய பணிகள் இயந்திரமாக்கப்பட்டு உடல் உழைப்பும், காலமும் மிச்சப்படுவதில் தவறில்லை. ஆனால் இவற்றின் பயன், காலம் காலமாக இப்பணியை மேற்கொண்டு வந்த மக்கள் பிரிவினரின் சுயேச்சைத் தன்மையைப் பறித்து அவர்களைக் கூலியாட்களாக மாற்றுவதுதான் பிரச்சனை. இதைத் தவிர்க்கும் முறையாக இத்தொழில் புரிவோரை மட்டுமே உறுப்பினர்களாகக் கொண்ட கூட்டுறவு அமைப்புகளை நிறுவி அவர்களே உரிமை யாளர்களாகவும், பணியாளர்களாகவும் விளங்கும்படிச் செய்யலாம். அதே நேரத்தில் இம்மக்களின் பரம்பரைத் தொழிலாக இது நிலைத்து விடாமல் பார்த்துக்கொள்வதும் அவசியம்.

வண்ணார் சமூகம்

வண்ணார் சமூகம் தற்போது மேற்கொண்டுள்ள பாரம்பரியத் தொழிலிலிருந்து அவர்களை விடுவிக்கும் தொலைநோக்குடனான திட்டங்களை அரசு வகுக்க வேண்டும். அவர்களுக்குத் தொழில் உபகரணங்களை வழங்கி மரபு அடிப்படையிலான தொழிலை அவர்கள் மேற்கொள்ளும் நோக்கிலான நலத் திட்டங்கள் இடைக்கால ஏற்பாடாகவே விளங்க வேண்டும். அவர்களின் வாழ்வில் முன்னேற்றம் ஏற்பட, பின்வரும் நலத்திட்டங்களை அரசு அறிமுகப்படுத்தலாம்.

1. மிகவும் பிற்படுத்தப்பட்டவர்கள் என்ற சாதிப் பட்டியலில் இடம்பெறும் வண்ணார்களுக்கும், தீண்டத் தகாதோர் எல்கைக்குள் வரும் துரும்பர்களுக்கும் அவ்வப் பிரிவுக்குள், உள் இடஒதுக்கீட்டை கல்விக் கூடங்களிலும் வேலைவாய்ப்பிலும் வழங்க வேண்டும்.

2. இம்மாணவர்கள் உயர்கல்வியும், தொழில் மற்றும் மருத்துவக்கல்வியும் பெற ஊக்குவிக்கும் திட்டங்களை அறிமுகப்படுத்த வேண்டும.

3. இரயில்வே, அரசு மருத்துவமனைகள், அரசு தங்கும் விடுதிகள் ஆகியனவற்றில் துணிகளை வெளுக்கும் தொழிலை, இம்மக்களை மட்டுமே உறுப்பினராகக் கொண்ட கூட்டுறவு நிறுவனங்களுக்கு வழங்க வேண்டும்.

இதுபோல் இம்மக்களும் சில மாறுதல்களை ஏற்படுத்திக் கொள்வது அவசியமான ஒன்று. தம் சாதியில் நிலைபெற்றுள்ள உட்பிரிவுகளை ஒழித்து மண உறவுகளை ஏற்படுத்திக்கொண்டு 'வண்ணார்' என்ற பொது அடையாளத்துடன் இயங்க வேண்டும். படிப்பில் ஆர்வம் கொண்ட தம் சமூக மாணவர்களைத் தேர்வு செய்து அவர்களுக்குத் தனிப்பயிற்சியளிக்க முன்வர வேண்டும்.

'அகத்தினிலே அழுக்குமூட்டை சுமக்கிறாய்' என்றார் பாரதி. காலந்தோறும் சமூகத்தின் அழுக்கு ஆடைகளைச் சுமந்து கூன்பட்டுப் போன வண்ணார் உதறி எறிய வேண்டியது அழுக்குத் துணி மூட்டைகளை மட்டுமின்றி, மதத்தின் பெயராலும் சாதியின் பெயராலும் அவர்கள் உள்ளத்தில் திணித்து வைக்கப்பட்ட அழுக்குகளையும்தான்.

★★★

'சாதி வண்ணான்' 'ஊர் வண்ணான்' என்ற பெயர்களில் குறிப்பிட்ட சாதியினர் அல்லது ஊரவர்களின் வாழ்க்கை வட்டச் சடங்குகளில் வண்ணாரின் பணி இன்றும் ஆங்காங்கே இடம் பெறுகிறது. இதிலிருந்து மீள்வது வண்ணார் சமூகத்தின் பண் பாட்டு விடுதலைக்கு மிகவும் அவசியமான ஒன்றாகும். அனைத்து வகையான சடங்குகளில் இருந்தும் விடுதலைபெற வேண்டும்

என்ற பெரியாரின் சிந்தனை நடைமுறைப்படுத்தப்படும் போது தான் நாவிதரும், வண்ணாரும் பண்பாட்டு விடுதலை பெறுவர்.

தமிழ்நாட்டில் உள்ள பிற்படுத்தப்பட்டோர் சமூகம் குறித்து அறிக்கையளிக்க சட்டநாதன் என்பவரது தலைமையில் ஆணையம் ஒன்று தமிழ்நாடு அரசால் 13.11.1969இல் அமைக்கப்பட்டது. இவ்வாணையம் தன் அறிக்கையை 1970 நவம்பரில் தமிழக அரசிடம் வழங்கியது. 1974ஆம் ஆண்டில் 'REPORT OF THE BACKWARD CLASSES COMMISSION TAMILNADU' என்ற தலைப்பில் இது நூல் வடிவில் வெளியாகியுள்ளது.

இவ்வறிக்கையில் வண்ணாரின் சமூக நிலை குறித்தும், அவர்கள் முன்னேற்றத்திற்காக அரசு மேற்கொள்ள வேண்டிய நலத் திட்டங்கள் குறித்தும் குறிப்பிடப்பட்டுள்ளது. சட்டநாதன் தலைமை யிலான குழு 28.03.1970இல் காஞ்சிபுரம் சென்றபோது, காஞ்சிபுரம் சலவைத்தொழிலாளர் சங்கத்தின் சார்பில் அதன் செயலாளர் திரு.க.எல்லப்பன் மனு ஒன்று அளித்துள்ளார். இம்மனுவில் குறிப்பிடப்பட்டுள்ள செய்திகள் வண்ணார் சமூகத்தின் அவல நிலையை வெளிப்படுத்துகின்றன. இம்மனுவில் இடம்பெற்றுள்ள செய்திகள் காஞ்சிபுரம் மாவட்டத்திற்கு மட்டுமன்றி, தமிழ்நாடு முழுமைக்கும் பொருந்துவன என்பதுடன், இன்றும்கூட இம் மனுவில் குறிப்பிட்ட நிலை தொடர்கிறது.

சட்டநாதன் ஆணையத்தின் பரிந்துரையை நடைமுறைப் படுத்த அரசை வலியுறுத்தும் கடமை இம்மக்களுக்கு மட்டுமன்றி முற்போக்குச் சிந்தனையுடைய அனைவருக்கும் உண்டு.

★

பின் இணைப்பு: 1

வண்ணார்கள் துணியில் இடும் அடையாளக் குறிகள்

புள்ளிக் குறி	●	டி குறி	T
கோடு குறி	∣	டி தலப்புள்ளிக் குறி	 Ť
மாடம் குறி	△	டி பக்கப்புள்ளிக் குறி	Ṫ
சதுரம்	□	ஜன்னல்	I
அம்புக் குறி	⋀	ஜன்னல் புள்ளிக் குறி	İ
ஏரோபிளேன் குறி	⇧	காக்கா குறி	V
அம்பு புள்ளிக் குறி	⥉	காக்கா புள்ளிக் குறி	V̇
வட்டம் குறி	○	முத்திரைக் குறி	†
நாமம் குறி	∪	ஈட்டிக் குறி	 ⚹

ஆ.சிவசுப்பிரமணியன்

ரெண்டு இஸ்பி	=	புள்ளி கோடு புள்ளி	·|·
ரெண்டு கோடு	||	ஒரு இஸ்பி மேலபுள்ளி	˙⁻
ரெண்டு கோடு ஒரு இஸ்பி	||⁻	ஒரு இஸ்பி மேல்கீழ் புள்ளி	÷
ஒரு கோடு ஒரு இஸ்பி	|⁻	சூலக்குறி	Ψ
		டானா குறி	∟

நன்றி: தோழர் த.ம. பிரகாஷ், திருவண்ணாமலை

★

பின் இணைப்பு: 2

தமிழ்ச் சமூகத்தில் கழுதை

மனிதனின் வளர்ப்புப் பிராணிகளுள் கழுதையும் ஒன்று. E.asins என்ற விலங்கியல் பெயரைக் கொண்ட இது குதிரை யினத்தைச் சார்ந்தது. கழுதையின் ஆயுட்காலம் இருபது ஆண்டுகள் ஆகும்.

சங்க இலக்கியங்களில் இவ்விலங்கு 'பொறைமலி கழுதை' (அகம் 89:12) 'வெள்வாய்க் கழுதைப் புல்லினம்' (புற 392:9-11) 'நெடுஞ்செவிக் கழுதை' (அகம் 343:12) எனக் குறிப்பிடப்படுகிறது.

மிளகு மூட்டைகளையும், உப்பு மூட்டைகளையும் கழுதை களின் மீது வணிகர்கள் ஏற்றிச் சென்றதை முறையே பொரு நராற்றுப் படையும் (77-82), அகநானூறும் (207:5-6) குறிப்பிடு கின்றன.

கழுதை எங்கு தோன்றியது என்பது குறித்து உறுதியான செய்திகள் எவையும் இல்லை. கிழக்கு ஆப்பிரிக்காவிலிருந்து இது பரவியிருக்கக் கூடும் என்றும், அமெரிக்காவிலும் ஜப்பானிலும் 19ஆம் நூற்றாண்டில் அறிமுகமானதென்றும், விலங்கியலார் கருதுகின்றனர். நிறத்தின் அடிப்படையில் கழுதையில் சில பிரிவுகள் உண்டு.

இவற்றின் காதுகள் நீண்டிருப்பதால் இவற்றால் நன்றாகக் கேட்க முடியும். இதனடிப்படையிலேயே ஒட்டுக் கேட்கும்

தன்மையுடையோரைக் "கழுதைக் காது" என்று குறிப்பிடுவர். இதன் வாலில் குதிரையின் வாலில் இருப்பதைப் போல் உரோமங்கள் அடர்ந்து காணப்படாது.

வீட்டு விலங்காகக் குதிரையைப் பழக்குவதற்கு முன்பே மனித குலம் கழுதையைப் பழக்கியுள்ளது. முட்டாள்தனத்தின் குறியீடாக கழுதை இன்றுவரை கருதப்படுகிறது.

கி.பி.ஒன்பதாம் நூற்றாண்டைச் சேர்ந்த திவாகர நிகண்டு (நூற்பா:443) கழுதையின் பெயர்களாக கத்தவம், கோகு, வேசரி, அத்திரி, கரமாறு என ஐந்து பெயர்களைக் குறிப்பிடுகிறது. இவற்றுள் கோகு, வேசரி, அத்திரி என்பன கோவேறு கழுதையைக் குறிக்கின்றன. இளமைப் பருவத்துக் கழுதையை 'கன்று' என்று திவாகரம் (504) குறிப்பிட்டாலும், நடைமுறையில் 'கழுதைக்குட்டி' என்றே அழைக்கப்படுகிறது.

கோவேறு கழுதை

அத்திரி என்ற பெயரில் சங்க இலக்கியங்களில் கோவேறு கழுதை குறிப்பிடப்பட்டுள்ளது. தேரினை இழுக்கக் குதிரையைப் போல் கோவேறு கழுதை பயன்படுத்தப்பட்டுள்ளது. தலைவியைக் காண்பதற்காக அத்திரி பூட்டிய தேரில் தலைவன் சென்றதை,

'கொடுநுகம் நுழைத்த கணைகால் அத்திரி
வடிமணி நெடுந்தேர் பூண'

என்று அகநானூறு (350 : 6-9) குறிப்பிடுகிறது. தேரினை இழுக்க மட்டுமின்றி, அமர்ந்து பயணம் செய்யவும் குதிரையைப் போன்று அத்திரியைப் பயன்படுத்தியது தொடர்பான குறிப்புகளும் சங்க இலக்கியத்தில் காணப்படுகின்றன.

தலைவன் அத்திரியில் ஏறித் தலைவியைக் காண வந்ததை அகநானூறும் (120:10-13), நற்றிணையும் (278:7-9) குறிப்பிடு கின்றன.

வையை ஆற்றில் புதுவெள்ளம் வரும்போது அதில் நீராடச் சென்றோர் வண்டியிலும் பல்லக்கிலும் மட்டுமின்றி அத்திரி மீதும் ஏறிச்சென்றதாகப் பரிபாடல் (10:16) குறிப்பிடுகிறது.

இவ்வாறு சங்க காலத்தில் வழக்கிலிருந்த கோவேறு கழுதையின் பயன்பாடு என்ன காரணத்தினாலோ பின்னர்

மறைந்து போனது. கோவேறு கழுதை என்ற சொல்லில் 'கோ' என்பதை மன்னனைக் குறிக்கும் சொல் என்று பொருள் கொள்ள இடமுள்ளது. இதன் அடிப்படையில் நோக்கினால் மேட்டிமை யோர் தம் பயண விலங்காக அத்திரியைப் பயன்படுத்தியுள்ளனர் என்று கருதலாம்.

சேட்டையும் கழுதையும்

தமிழ் மக்களது சமூக வாழ்வில் இடம்பெற்றுள்ள கழுதை, சேட்டை (ஜேஸ்ட்டை) என்னும் தெய்வத்தின் வாகனமாகக் குறிப்பிடப்படுகிறது. இதனடிப்படையில் திவாகரம், சூடாமணி, பிங்கலம் என்ற மூன்று நிகண்டுகளும் இத்தெய்வத்தின் பெயர் களை முறையே "கழுதை வாகனி, கழுதை வாகினி, கழுதை யூர்தி" என்று குறிப்பிடுகின்றன.

தன் இடதுகரம் இடது தொடையின் மீது இருக்க, வலது கரத்தில் தாமரை மலரை ஏந்தியிருக்கும் நிலையில் அவளது சிற்பம் அமைந்திருக்கும். வலது புறத்தில் காளை முகம் கொண்ட அவளது மகன் தன் வலது கரத்தில் கதை ஒன்றை ஏந்தியவாறு நிற்க, அவளது இடதுபுறம் தாயைப் போன்ற தோற்றத்துடன் அவளது மகள் இருப்பாள். சேட்டையின் வலதுபுறம் காக்கையின் உருவம் பொறிக்கப்பட்ட கொடி இருக்கும்.

இத்தெய்வத்தின் தோற்றம் குறித்து பத்மபுராணம் என்னும் வடமொழி நூல் பின்வரும் கதையைக் குறிப்பிடுகிறது.

அமிர்தம் எடுப்பதற்காக பாற்கடலைக் கடைந்தபொழுது அதிலிருந்து முதலாவதாக வந்த தெய்வம் ஜேஷ்டை எனப்பட்டது. ஜேஷ்டை என்பது 'மூத்த', 'முதலாவது' என்ற பொருளைத் தரும். தமிழிலும் மூத்ததேவி, அக்கா என இத்தெய்வம் குறிப்பிடப் படுகிறது. பெண்களைச் செல்லமாகவோ, கோபமாகவோ 'மூதேவி' என்று இன்றும் குறிப்பிடுவது வழக்கமாக உள்ளது. 'மூத்த தேவி' என்பதே மூதேவி என்றாயிற்று.

ஏழாம் நூற்றாண்டைச் சார்ந்த பாண்டியர் காலக் கல் வெட்டொன்று திருப்பரங்குன்றம் மலையில் உள்ளது. மாறன் சடையன் என்ற பாண்டிய மன்னனின் தளபதியான சாத்தன் கணபதி என்பவனின் மனைவி நக்கன் கொற்றை என்பவள்

சேஷ்டாதேவிக்கு கோவில் கட்டியதை அக்கல்வெட்டு தெரிவிக்கின்றது. சமூகத்தில் உயர்நிலையில் உள்ள பெண்ணொருத்தியால் இக்கோவில் கட்டப்பட்டுள்ளமை இத்தெய்வத்தின் சிறப்பைச் சுட்டுவதாக கே.ஜி.கிருஷ்ணன் *(1981:16)* கருதுகிறார். அத்துடன் தொண்டரப்பொடியாழ்வார் பாடலில் *(திருமாலை 10)*.

'சேட்டைதன் மடியகத்துச்
செல்வம் பார்த் திருக்கின்றீரே'

என்று இத்தெய்வம் குறிப்பிடப்படுவதன் அடிப்படையில், செல்வம் வேண்டி இலக்குமியை வழிபடுவது போன்று ஜேஸ்டா தேவியையும் வழிபட்டுள்ளதாகக் கருதுகிறார்.

வறுமையைத் தருபவளாக வள்ளுவர் சேட்டையைக் குறிப்பிடுகிறார். அழுக்காறாமை என்ற அதிகாரத்தில்,

'அவ்வித் தழுக்கா றுடையானைச் செய்யவள்
தவ்வையைக் காட்டி விடும்'

என்ற குறள் *(167)* இடம்பெற்றுள்ளது. பிறர் ஆக்கம் கண்டு பொறாதவனிடம், திருமகள் கோபித்துத் தன் தமக்கையிடம் அவனைக் காட்டி விடுவாள் என்பதே இக்குறளின் பொருளாகும். 'ஜேஸ்டாதேவி' என்ற வடமொழிச் சொல்லிற்கு இணையான தமிழ்ச் சொல்லான 'தவ்வை' என்ற சொல்லை வள்ளுவர் பயன்படுத்தியுள்ளார். தவ்வை என்பதற்கு மூத்தவள் என்பது பொருள். ஜேஸ்டா தேவிக்கு மாற்றாக இலக்குமி அறிமுகப்படுத்தப்பட்டதை மேற்கூறிய இலக்கியச் சான்றுகள் உணர்த்துகின்றன.

முதலாம் இராஜராஜ சோழன் காலத்தில் இன்றையத் திருச்சிராப்பள்ளி மாவட்டத்தின் பாய்ச்சில் கூற்றத்தில் அடங்கிய அன்பனூர் என்ற கிராமத்தில் கிடைக்கும் கல்வெட்டில் ஜேட்டையின் கோயில் குறித்த செய்திகள் இடம்பெற்றுள்ளன. கி.பி.பத்தாம் நூற்றாண்டுக் கல்வெட்டில் ''குமண்பாடி சேட்டையர்க்கு அச்சனா போகத்துக்கு'' என்றும், கி.பி.பதினொறாம் நூற்றாண்டு கல்வெட்டில் ''சேட்டையார் கோயிலுந் திருமுற்றமும்'' என்றும் குறிப்பிடப்பட்டுள்ளது.

இதனடிப்படையில் கி.பி.பதினோறாம் நூற்றாண்டின் தொடக்கம் வரை ஜேஸ்டாதேவி வழிபாடு தமிழ்நாட்டில்

இடம்பெற்றுள்ளது என்பது தெரியவருகிறது. மேலும் சிவன் கோவில்கள் சிலவற்றில் பரிவார தெய்வமாக ஜேஸ்டாதேவி இன்றும் இடம்பெற்றுள்ளாள். பெரும்பாலும் தூக்கத்துடன் தொடர்புபடுத்தியும் வசவுச் சொல்லாகவும், இத்தெய்வத்தின் பெயர் பேச்சுவழக்கில் பயன்படுத்தப்படுகிறது. இத்தெய்வம் கழுதையைத் தன் வாகனமாக ஏற்றுக்கொண்டது ஏன் என்பதை அறியமுடியவில்லை.

வண்ணாரும் கழுதையும்

கழுதையின் பொதி சுமக்கும் தன்மையினாலும் பராமரிப்புச் செலவு குறைவானதாலும் வண்ணார்களின் தொழிலில் கழுதை முக்கிய இடம் வகித்து வந்துள்ளது. கருப்புக்கட்டி வணிகர்களும் கருப்புக்கட்டிப் பொதிகளைக் கழுதைகளின் மேல் ஏற்றிக்கொண்டு சென்றிருக்கிறார்கள். தமிழ்நாட்டில் சேலம், விருதுநகர் ஆகிய இடங்களிலும் பெங்களூருவிலும் சென்று கழுதை வாங்கி வருதல் வழக்கமாய் இருந்துள்ளது. கழுதையின் முன்னங்காலில் கருப்பு மச்சம் இருந்தால் அக்கழுதையைச் சிறப்புடைய கழுதையாகக் கருதுவது வழக்கம்.

உவர் மண் வாங்கி வருவதற்கும், அழுக்கு மூட்டைகளை நீர்த் துறைக்குக் கொண்டு செல்வதற்கும், துவைத்த துணிகளை வீட்டிற்குக் கொண்டு வருவதற்கும், கழுதையை வண்ணார் பயன்படுத்தினர். ஊர்ச் சோறு எடுக்கும் போது மிஞ்சும் சோறை, கூழ் போல் கரைத்து அதற்குக் கொடுப்பர். கம்பங்கஞ்சி, கழுதைக்கு விருப்பமான உணவாகும்.

வீட்டு விலங்குகளைப் போல் மிகுந்த கவனம் எடுத்துக் கழுதையைப் பராமரிப்பது இல்லை. வண்ணாரின் வீட்டிற்கு வெளியில் திறந்த வெளியில் இவை கிடக்கும். அவை வேகமாக ஓடுவதைத் தவிர்ப்பதற்காக முன்னங்கால்களைத் துணி அல்லது கயிறால் கட்டி வைப்பர். நீர்த்துறையில் இருக்கும் புல்லை அவை உணவாகக் கொள்ளும்.

சில நேரங்களில் கழுதை காணாமல் போக அதைத் தேடி, வண்ணார் அலைவர். இதை மையமாகக் கொண்டு, 'வண்ணான் கழுதையைக் காணாமல் வண்ணாத்தியுடன் தர்க்கித்தல்' என்ற

உட்தலைப்புடன் 'குஜிலிக் கடைப் பதிப்பு' நூல் வண்ணான் பாட்டு என்ற தலைப்பில் வெளிவந்துள்ளது. வண்ணாரின் அவலம் பொழுதுபோக்குப் பாடலாக மாற்றப்பட்டுள்ளது.

கழுதையும் சகுனமும்

ஒரு நல்ல செயலை மேற்கொள்ள நினைக்கும் போது, கழுதை கத்தினால் அது, நல்ல சகுனம் என்ற நம்பிக்கையுண்டு. குடியிருக்கும் வீடு, ராசியில்லாத வீடு என்று கருதினால் கழுதையைக் கொண்டு வந்து ஓர் இரவு முழுவதும் வீட்டினுள் கட்டி வைக்கும் பழக்கம் இன்றும் ஆங்காங்கே காணப்படுகிறது. புதுமனை புகுவிழாவின் முதல் நாள் இரவு, கழுதையைப் புதிய வீட்டில் கட்டிவைத்தால் அவ்வீடு செழிப்புடன் திகழும் என்ற நம்பிக்கை இன்றும் உள்ளது. சிலர் மூன்று கழுதைகளைக் கட்டி வைப்பதும் உண்டு.

வீட்டில் உள்ள தீய சக்திகள் கழுதையைப் பற்றிக்கொண்டு வெளியேறிவிடும் என்ற நம்பிக்கையின் அடிப்படையிலேயே இச்செயல்கள் நிகழ்கின்றன.

கழுதையின் பின்னால் நடந்து சென்றால் காத்து கருப்பு அண்டாது. கழுதை முகத்தில் விழித்தால் நன்மை நிகழும் என்றும் நம்புகின்றனர்.

நாட்டார் மருத்துவத்தில் கழுதை

உடம்பில் சதைப் பிடிப்பில்லாமல் மெலிந்திருக்கும் குழந்தை களுக்குக் கழுதைப் பால் கொடுத்தால் உடல் தேறும் என்ற நம்பிக்கையுண்டு. கழுதைப் பாலை, சங்கில் ஊற்றிப் புகட்டும் வழக்கமும் உண்டு. இதனடிப்படையிலேயே 'அழுதப்பிள்ளை சிரிச்சுதாம்; கழுதப் பால (பாலை) குடிச்சிதாம்' என்ற பழமொழிச் சொற்றொடர் இடம்பெற்றுள்ளது.

கழுதையின் முடியும் கூட மருத்துவ குணம் உடையதாக நம்புகிறார்கள். கைக்குழந்தைகளுக்கு வாந்தியும், வாந்தியுடன் கூடிய வயிற்றுப்போக்கும் ஏற்படுவதுண்டு. ஒவ்வாமையோ கிருமிகளின் தாக்குதலோ இதற்குக் காரணமாக அமையும். ஆனால் வீட்டுக்கு விலக்கான பெண்ணும், உடலுறவுக்குப்பின் நீராடாமல் இருக்கும் பெண்ணும் குழந்தையைத் தொட்டுத் தூக்குவதால் இது

நிகழ்கிறது என்று மக்களில் பலர் தவறாக நம்புகின்றனர். இதை 'சீர்தட்டி விட்டது' என்று கூறுவர். சீர்தட்டலைக் குணப் படுத்த கழுதையின் அடிவயிற்று முடியை எடுத்து சிரட்டையில் உள்ள கனலில் போடுவர். அவ்வாறு போட்டவுடன் எழும் புகையில் அக்குழந்தையின் 'சீர்தட்டல்' குணமடைந்துவிடும் என்பது நம்பிக்கை.

சீர்தட்டலைப் போக்கும் மருந்தாகக் கழுதையின் மூச்சும் பயன்படுத்தப்படுகிறது. கழுதையின் முதுகையும், அடிவயிற்றையும் மேலிருந்து கீழாக, குழந்தையைக் கையில் பிடித்தவாறு மூன்று முறை சுற்றுவர். அவ்வாறு சுற்றும்போது வண்ணார் கழுதையின் மூக்கைப் பிடித்துக் கொள்வார். சுற்றி முடிந்ததும் குழந்தையின் முகத்தைக் கழுதையின் மூக்கருகில் கொண்டு போவர். அப்போது அவர் தன் பிடியை விட்டு விடுவார். கழுதை பெருமூச்சு விடும். அம்மூச்சுக் காற்று குழந்தையின் முகத்தில் படுவதால் 'சீர்தட்டல்' குணமாகிவிடும் என்று நம்புகின்றனர்.

அறிவியல் வளர்ச்சியின் விளைவாக, 'சீர்தட்டல்' என்ற நோய் குறித்த நம்பிக்கையும், அதற்குக் கழுதையை மையமாகக் கொண்ட சிகிச்சைமுறையும் பெரும்பாலும் மறைந்துவிட்டன. இது வரவேற்க வேண்டிய மாற்றம்.

சிபிலிஸ் என்ற பால்வினை நோயால் பீடிக்கப்பட்டவன் பெண் கழுதையைப் புணர்ந்தால் அந்நோய் குணமாகும் என்ற தவறான நம்பிக்கையுண்டு. இதை வெளிப்படுத்தும் வகையில் திருவண்ணாமலை மாவட்டம், தண்டராம்பட்டு வட்டத்தில் உள்ள சின்னையம்பேட்டை என்ற கிராமத்தின் நீர்நிலை ஒன்றில் சிற்பமொன்று உள்ளது. செஞ்சி நாயக்கர் ஆட்சிக் காலத்தைய இச்சிற்பத்தில் ஆடவன் ஒருவன் கழுதையைப் புணரும் செயல் சிற்பமாகச் செதுக்கப்பட்டுள்ளது.

கழுதைப்பால்

தமிழர்களின் பாரம்பரிய வைத்தியமுறையில் கழுதைப் பால் இடம்பெற்றுள்ளது. 'பதார்த்த குணசிந்தாமணி' என்ற நூல்; கழுதைப்பாலின் மருத்துவ குணங்களைப் பின்வருமாறு குறிப்பிடுகிறது.

> கழுதைப்பால் வாதங் கரப்பான் விரணந்
> தழுதளையுள் வித்திரதி தானே- யெழுகின்ற
> ஒட்டியபுண் சீழ்மேக மோடு சொறிசிரங்கு
> கட்டியவை போக்குங் கழறு.

வாதநோய், கரப்பான் புண், தழுதளைநோய் உடலில் தோன்றும் கட்டி, ஒட்டுக் கிறஞ்சி சீழ், பிரமேகம், சொரி சிரங்கு, கட்டி இவைகளைக் கழுதைப்பால் குணப்படுத்தும் என்பது இச்செய்யுள் கூறும் செய்தியாகும்.

> கத்தபத்தின் பாற்குக் காணீய கிரந்தியறுஞ்
> சித்தப் பிரமைபித்தந் தீருங்காண் - தத்திவரும்
> ஐயமொழியு மதிகமதுரமு மாஞ்
> செய்ய மடமயிலே செப்பு.

கருங்கிரந்தி, சித்தப்பிரமை, பித்தம், கபநோய் என்பனவற்றைக் கழுதைப்பால் போக்கும் என்பது இச்செய்யுளின் பொருளாகும்.

கழுதைப்பால் தொடர்பான மருத்துவ நம்பிக்கை இன்றும் மக்களிடையே நிலைபெற்றுள்ளதால், கழுதைப்பால் விற்பனை செய்வதைத் தொழிலாகக் கொண்டோர் சிலர் நம்மிடையே வாழ்கின்றனர். இவர்கள் வண்ணார் சமூகத்தினர் அல்லர். 'உப்புச் செட்டியார்' என்ற சமூகத்தைச் சேர்ந்தவர்கள்.

தேனி நகரிலும் அதைச் சுற்றியுள்ள கிராமங்களிலும் தற்போது வாழ்ந்து வரும் இவர்கள் விழுப்புரம் மாவட்டத்தைச் சேர்ந்த சின்னசேலம், கள்ளக்குறிச்சி ஆகிய ஊர்ப்பகுதிகளைத் தம் பூர்வீகமாகக் கொண்டவர்கள். தம் முன்னோர்கள் கழுதைகளின் மீது உப்புப்பொதிகளை ஏற்றிச்சென்று ஊர்ஊராக உப்பு வாணிபம் செய்து வந்தவர்கள் என்று கூறுகிறார்கள்.

இச்செய்திக்குள் வரலாற்றுண்மையொன்று புதைந்துள்ளது. ஆங்கிலக் காலனிய ஆட்சி உப்பு உற்பத்தியையும், உப்பு வாணி பத்தையும் தன் ஏகபோக உரிமையாக்கிக் கொண்டது. இதன் விளைவால் பாரம்பரியமான உப்பு வணிகர்கள் பாதிப் படைந்தனர். இவர்களது முன்னோர்களும் பாதிப்புக்காளாகி உப்பு சுமக்கப் பயன்படுத்திய கழுதையின் பாலை விற்பவர்களாக மாறியிருக்க வேண்டும்.

குறைந்தது நான்கு கழுதைகளுடனும், பாதுகாப்பிற்காக நாய்களையும் அழைத்துக்கொண்டு குடும்பத்துடன் இவர்கள் ஊர்ஊராகச் சென்று கழுதைப்பால் விற்கின்றனர். காலை ஆறு மணி முதல் எட்டு மணி வரை தம் கழுதைகளுடன் தெருத் தெருவாகச் சென்று கூவி விற்பர். தேனி மாவட்டம் பொம்மையக் கவுண்டன்பட்டியைச் சேர்ந்த திரு.சங்கர் என்ற தகவலாளி,

    கழுதைப்பால் கழுதைப்பால்
    காணாக்கடி* கரப்பான்கடி
    வண்டுக்கடி பூரான்கடி
    மஞ்சக்காமாலை வரக்காமாலை
    ஊதுகாமாலை சோகைக் காமாலைக்கு
    கழுதைப்பால் வாங்கலையோ கழுதைப்பால்

(* காணக்கடி என்பது ஒரு வகையான தோல் நோயாகும்).

என்று கூவி விற்பனை செய்வதாக அவர் குறிப்பிட்டார். கேட்பவர்களுக்குத் தம்மிடம் உள்ள சிறிய சங்கில் கழுதைப்பாலை உடனடியாகப் பீச்சித் தருவார். கழுதையின் வயது, பருவகாலம், கழுதைக்குக் கிடைக்கும் தீனி என்பனவற்றின் அடிப்படையில் கிடைக்கும் பாலின் அளவு வேறுபடும். பொதுவாக பத்து முதல் இருபது சங்கு வரை பால் கிடைக்கும். ஒரு சங்களவு கழுதைப் பாலின் விலை அதிகபட்சம் நூறுரூபாய் வரை ஆகும். இத் தொழிலின் அடிப்படையில் வணிக நாடோடிகள் என்று இவர்களைக் குறிப்பிடலாம்.

    கழுதைப்பால் அடர்த்தியாக இருந்தால்தான் அது மருத்துவ குணமுடையதாய் இருக்குமென்றும், நீர்ச்சத்துள்ள புல்லை மேய்ந்துவிட்டால் பால் அடர்த்தி குறைந்து நீர்த்துப் போய்விடும் என்றும் குறிப்பிடுகிறார்கள். ஒருமாதம் வரை தொடர்ச்சியாகக் குடித்தால் நீரிழிவு நோய் நீங்கி விடும் என்ற நம்பிக்கையும் உள்ளது.

பழமொழிகள்

கழுதையை மையமாகக் கொண்டு பழமொழிகள் சில உருவாகியுள்ளன. சான்றாகத் தற்போதும் வழக்கில் உள்ள சில பழமொழிகளைக் குறிப்பிடலாம். பொதி சுமக்கப் பயன்படும்

கழுதையும் செக்கிழுக்கப் பயன்படும் காளையும் விடாமல் உழைக்க வேண்டும். ஆனால் அவ்வுழைப்பிற்கேற்ப அவற்றிக்கு உணவு தந்து பேணுவதில்லை. இது போன்று தனியொரு மனிதனுக்கு அல்லது நிறுவனத்திற்குக் கடினமாக உழைக்கும் ஒருவனுக்கு அவனது உழைப்பிற்கேற்ப ஊதியம் கிட்டாத நிலையில்,

"வண்ணானுக்கு உழைத்த கழுதையும்
வாணியனுக்கு உழைத்த காளையும் சரி"

என்ற பழமொழியைக் கூறி, தம் அவலநிலையை வெளிப்படுத்திக் கொள்வதுண்டு.

பனை மரத்தை வெட்டிக் கீழே சாய்த்த பிறகு நீளவாட்டில் இரண்டாகப் பிளந்து அதைத் துண்டுகளாக வெட்டிப் போடுவர். பனை மரத்தின் உட்பகுதி இதனால் வெளியே தெரியும். இது போன்றே வெட்டப்பட்ட அதன் தூர்ப்பகுதியும் வெளியில் தெரியும். ஈரப் பசையுடன் நார் போன்று மிருதுவான பொருள் இவற்றில் காணப்படும் இதைப் பனஞ்சோறு என்பர். இது சிறிது இனிப்பாக இருப்பதுடன் கள்போன்று அளவான போதையூட்டு வதாகவும் இருக்கும். இப்பகுதியைக் கழுதை விரும்பித் தின்னும்.

இதனடிப்படையில் "பனைவெட்டின இடத்திலே கழுதை வட்டம் போட்டது போல" என்ற பழமொழி உருவாகியுள்ளது. வீட்டில் ஏதேனும் தின்பண்டங்கள் செய்யும் போது அதைத் தின்பதற்குக் குழந்தைகள் கூடி நிற்கும் போதும், இளம்பெண்கள் கூடும் இடத்தில் இளைஞர்கள் கூடி நிற்கும் போதும், உவமை போல் இப்பழமொழியைப் பயன்படுத்துவர்.

கோவை மாவட்டத்தின் மேற்குத் தொடர்ச்சி மலையடிவாரக் கிராமங்களில் செங்கல் சூளைகள் ஏராளமாக உருவாகியுள்ளன. பனைமரத்தொழில் நசிந்துவிட்ட நிலையில் பனைமரங்களை விலைக்கு வாங்கி வந்து அவற்றைப் பிளந்து விறகுபோல் துண்டித்து எரிபொருளாக இச்செங்கற்சூளைகளில் பயன்படுத்து கின்றனர். இதற்காக இவை இப்பகுதியில் குவித்து வைக்கப் பட்டுள்ளன. இவற்றில் இருந்து வெளிப்படும் மணத்தாலும் உண்பதால் கிட்டும் போதையுணர்வினாலும் ஈர்க்கப்பட்ட காட்டு

யானைகள் இப்பகுதிக்குள் நுழைகின்றன என்ற கருத்தை இப்பகுதிமக்கள் சிலர் கூறுகின்றனர். பனைவெட்டியபின் அதில் உள்ள பனைச்சோற்றை விரும்பி உண்ணவே கழுதைகள் பனைவெட்டிய இடத்தை நோக்கி வருகின்றன. மேற்கூறிய பழமொழியின் உண்மை இதனால் வெளிப்படுகிறது.

கழுதை மேய்க்கும் வேலையையும் தாசில்தார் (வட்டாட்சியர்) வேலையையும் ஒப்பிட்டு, 'ஆசை இருக்கு தாசில்பண்ண, அதிர்ஷ்டம் இருக்கு கழுதை மேய்க்க' என்ற பழமொழி ஒன்றுள்ளது. விரும்பிய பணி கிட்டாத ஒருவனைக் குறிக்க இப்பழமொழி பயன்படுத்தப்படுகிறது. தன் விருப்பம் நிறைவேறாத நிலையில் தன்னைத்தானே நொந்துகொள்ளும் முறையிலும் பாதிக்கப்பட்ட ஒருவர் இப்பழமொழியைப் பயன்படுத்துவதுண்டு.

கழுதையின் உரிமையாளரான வண்ணார் வெளியூர் சென்று விட்டால் வேலைச் சுமையின்றி கட்டுப்பாடின்றி விருப்பம் போல் கழுதை சுற்றித் திரியும். இதுபோன்று, மேற்பார்வையாளர் இல்லாத போது, பணியாளர் தம் விருப்பம் போல் நடந்து கொள்வதைக் குறிப்பிட,

''ஊருக்குப் போனானாம் வண்ணான்
ஓசந்துச்சாம் (உயர்ந்ததாம்) கழுதை''

என்ற பழமொழியைப் பயன்படுத்துகின்றனர்.

கழுதையை உழவுத் தொழிலில் பயன்படுத்த முடியாது என்ற பொருளில் 'கழுதை உழுது வண்ணான் குடி ஆனானா' என்ற பழமொழி வழக்கில் இருந்துள்ளது.

'கழுதை உழவுக்கு ஆகாது
வண்ணான் பண்ணைக்காரன் ஆக மாட்டான்'.

என்ற பழமொழி ஈரோடு மாவட்டம் பெருந்துறைப் பகுதியில் வழங்குகிறது.

இப்பழமொழியின் இரண்டாவது அடி, குடிஊழியம் செய்வோர் உடைமையாளர்களாக மாறுவதை விரும்பாத ஆதிக்க வகுப்பினரின் கருத்தை வெளிப்படுத்துகிறது. ஒரு குறிப்பிட்ட செயலை ஒருவனால் சரியாகச் செய்ய முடியாது என்று கூறும்போது இப்பழமொழியைப் பயன்படுத்துகின்றனர்.

கழுதையின் முன்னங்கால்களைக் கட்டியிருக்கும் கயிறை அவிழ்த்து விட்டாலோ அல்லது அறுபட்டாலோ, அது மகிழ்ச்சியுடன் உணவு தேடி விரைந்து ஓடிவிடும். இச்செயலை ''அத்துதான் கழுதை எடுத்ததாம் ஓட்டம்'' என்ற பழமொழி உணர்த்துகிறது.

பள்ளி நேரம் முடிந்ததும், வீட்டிற்கு விரையும் மாணவர்களைக் குறிக்க கேலிப்பொருளில் இப்பழமொழி பயன்படுத்தப் படுகிறது.

பாழடைந்த மற்றும் ஆள் புழக்கம் அற்ற கட்டடங்களைச் சுற்றி வளர்ந்திருக்கும் புல்லை மேய்வதற்காக கழுதை செல்வது வழக்கம். இதன் அடிப்படையில் ''கழுதை கெட்டா குட்டிச் சுவரு'' என்ற பழமொழி உருவாகியுள்ளது. வம்பு பேசுவது, சீட்டாடுவது போன்ற பயனற்றச் செயல்களை மேற்கொண்டிருக்கும் ஒருவனைத் தேடிவருபவரிடம் இப்பழமொழியைக் கூறுவர். கோயில் திண்ணையில், ஊர்ச்சாவடியில் கண்மாய்க்கரை மரத்தடியில் என்று ஓர் இடத்தைக் குறிப்பிட்டு அங்கு போய்த் தேடினால் அவனைப் பார்க்கலாம், என்று கூறும் சூழலில் இப்பழமொழி பயன்படுத்தப்படுகிறது.

முட்டாள்தனத்தின் குறியீடு

தந்திரசாலியான விலங்காக, தமிழக நாட்டார் கதைகளில் நரி இடம்பெறுகிறது. இதற்கு நேர்மாறாக ஏமாளித்தனமும், முட்டாள் தனமும் கொண்ட விலங்காக, தமிழக நாட்டார் கதைகளில் கழுதை இடம்பெறுகிறது. ஆர்னிதாம்சன் கதை அடைவில் 'நேர்மையற்ற பங்காளி' (A.T.1030) என்ற வகைமையில் சில கதைகள் உண்டு. தமிழக நாட்டார் கதைகளிலும் இவ்வகைப்பாட்டிற்குள் அடங்கும் கதைகள் உண்டு. கூட்டு விவசாயம் மேற்கொண்டதில் ஏமாற்றப் பட்ட விலங்காகக் கழுதை குறிப்பிடப்படுகிறது (*சிவசுப்பிரமணியன்.ஆ 2004:82*) ஈசாப் நீதிக்கதைகளில் முட்டாள்தனம் கொண்ட விலங்காகவே கழுதை இடம்பெறுகிறது.

ஏழாம் நூற்றாண்டைச் சேர்ந்த 'முத்தொள்ளாயிரம்' என்ற நூலில் செய்யாத குற்றத்துக்குத் தண்டிக்கப்படும் விலங்காகக் கழுதை குறிப்பிடப்பட்டுள்ளது. உழுத்தம் பயிரை ஊர்க்கன்று மேய்ந்துவிட்டுச் செல்ல, கழுதைதான் மேய்ந்துவிட்டது என்று கருதி கழுதையின் செவியை அறுத்தவிட்ட நிகழ்ச்சியை

'உழுத உழுத்தஞ்செய் ஊர்க்கன்று மேயக்
கழுதை செவியறிந்தற்றால்..'

என்று முத்தொள்ளாயிரம் குறிப்பிடுகிறது. பயிரை மேய்ந்து அழிக்கும் கழுதையைத் தண்டிக்க அதன் செவியை அறுத்துவிடும் பழக்கம் இருந்துள்ளமை இதனால் தெரிய வருகிறது.

இழிவின் அடையாளமாகக் கழுதை

கோபத்தில் திட்டவும், அன்புடன் கொஞ்சவும் விளிச் சொல்லாக, 'கழுதை' என்ற சொல் பயன்படுத்தப்படுகிறது.

கழுதையின் ஆயுள் காலத்தை மையமாகக் கொண்டு 'கழுதை வயசு' என்ற சொல்லாட்சி வழக்கிலுள்ளது. வயதுக்கேற்ற அறிவு இல்லை என்று திட்டுமிடத்து, இரண்டு கழுதை வயசாயிட்டு என்றோ, ஒரு கழுதை வயசாயிட்டு என்றோ, கூறித் திட்டுவது இன்றும் வழக்கிலுள்ளது. இவ்வாறு திட்டுபவர்கள் நோக்கில் ஒரு கழுதையின் வயது பத்து அல்லது பன்னிரண்டாகக் கணக்கிடப் படுகிறது. இதன்படி இரண்டு கழுதை வயசு என்பது இருபது அல்லது இருபத்தி நான்காகும். (விலங்கியலாளர் கருத்தின்படி கழுதையின் ஆயுள் இருபது ஆண்டுகள்).

கழுதையை மேய்த்தல் இழிவான செயலாகக் கருதப்பட்டதால் ஒருவனைத் திட்டும் போது 'அவன் கழுதை மேய்க்கத்தான் லாயக்கு' என்று திட்டும் வழக்கம் தற்போதும் உள்ளது.

சங்ககால மன்னர்களுக்கிடையில் நிகழ்ந்த போர்களில், வெற்றி பெற்ற மன்னர்கள் தோற்ற மன்னர்களை அவமதிக்கும் வழிமுறைகளில் ஒன்றாக, கழுதை ஏர் பூட்டி உழுவதை மேற் கொண்டனர் (புறநா 392:8-13).

பல்யானைச் செல்கெழு குட்டுபவனின் படைவீரர்கள் பகைவரது ஊர் மன்றில் கழுதை ஏர்ப்பூட்டி உழுதனர் (பதி 25:4).

தன் வடபுலப் படையெடுப்பின்போது சேரன் செங்குட்டுவனும் இச்செயலை மேற்கொண்டமையால் 'கழுதை ஏர் உழவன்' என்று சிலப்பதிகாரம் அவனைக் குறிப்பிடுகிறது. இவ்வழக்கம் தமிழகத்தில் தொடர்ச்சியாக நிலவியுள்ளது. இதனைக் கல்வெட்டுக்கள் பதிவு செய்துள்ளன.

பல்யாகசாலை முதுகுடுமிப் பெருவழுதி என்ற பாண்டிய மன்னன், தன்பகைவர் நாட்டில் கழுதை பூட்டிய ஏரால் உழுதான் (புறம் 15:1-2).

அதிகமான் பொகுட்டெழினி என்ற குறுநில மன்னன் தான் போரிட்டு வெல்லும் பகை நாடுகளில் கழுதை பூட்டிய ஏரால் உழுது, வெள்ளை வரகும், கொள்ளும் விதைக்கும் செயலைத் தன் வழக்கமாகக் கொண்டிருந்தான்.

உழிஞைத்திணையில் இடம்பெறும் துறைகளுள் 'உழுது வித்திடுதல்' என்ற துறையும் ஒன்றாகும். இத்துறை குறித்து புறப்பொருள் வெண்பாமாலை,

"எண்ணார் பல்லெயில் கழுதையே ருழுவித்து உண்ணா வரகொடு கொள்வித்தின்று' என்று குறிப்பிடுகிறது. பகை வருடைய பல்வேறு அரண்களையும் கழுதை பூட்டிய ஏரினால் உழுது வரகு, கொள் என்ற புன்பல தானியங்களை விதைப்பர் என்பதே இந்நூற்பாவின் பொருளாகும்.

இச்செய்தியைக் குறிப்பிடும் புறப்பொருள் வெண்பாமாலை, பிற்காலச் சோழர் காலத்தில் எழுதப்பெற்றது. சோழர் ஆட்சிக் காலத்தில் இத்தகைய பழக்கம் இருந்துள்ளது என்பதற்கு கல்வெட்டுச் சான்றுகள் உள்ளன.

முதல் இராஜேந்திரனின் மூத்த மகனான இராஜாதி ராஜன் (1018-1054) சாளுக்கியருடன் கி.பி.1048இல் நிகழ்த்திய போரில் கிருஷ்ணா ஆற்றங்கரையில் உள்ள பூண்டூர் என்ற ஊரை அழித்துத் தரைமட்டமாக்கி கழுதை பூட்டிய ஏரால் உழுது வரகு விதைத்தான்.

மூன்றாம் குலோத்துங்கச் சோழனின் கி.பி.1205ஆம் ஆண்டு மதுரைப் படையெடுப்பைக் கூறும் குடுமியான் மலைக் கல் வெட்டு, 'வழுதியர் தம் கூட மண்டபம் கழுதையேரிட உழுது' என்று குறிப்பிடுகிறது. (P.S.I:116:11).

இதற்குப் பழிவாங்கும் வகையில், முதலாம் மாறவர்மன் சுந்தரபாண்டியன் கி.பி.1216இல் சோழநாட்டின் மீது படை யெடுத்துச் சென்று வெற்றி பெற்ற பின், தான் செய்த செயல்களில் ஒன்றாகக் 'கழுதை கொண்டு உழுது' என்று கல்வெட்டில் குறிப்பிட்டுள்ளான்.

கழுதை ஏர்பூட்டி உழுதல் மட்டுமின்றி கழுதையில் ஏறி வருதலும் இழிவாகக் கருதப்பட்டுள்ளது. உத்திரமேரூர்க்

கல்வெட்டில் கிராமசபையின் உறுப்பினராகத் தகுதியற்றவர்கள் யாவர்? என்று வரையறை செய்யும் போது, 'கழுதை ஏறியவரையும்' என்று குறிப்பிடுகிறது. இதனால் கழுதை மீது அமரச் செய்தல், தண்டனை முறைகளுள் ஒன்று என்பது தெரிய வருகிறது. பாலியல் குற்றம் செய்தோரின் தலையை மொட்டையடித்து முகத்தில் கரும்புள்ளி, செம்புள்ளி குத்தி கழுதை மீது ஏற்றி ஊர்வலமாக வரச் செய்வது பண்டைய கிராமப்புற ஊர்ச்சபைகளின் தண்டனை முறைகளில் ஒன்றாக இருந்துள்ளது.

மானுவேல் ஆல்வாரிஸ் என்ற கத்தோலிக்கத் துறவி திருச்சிராப்பள்ளியைச் சேர்ந்த பறையர் ஒருவருக்கு, திருவருட் சாதனங்களை வழங்கியதாகக் கவர்னரால் சிறையிலிடப்பட்டார். அத்துடன் கழுதை ஒன்றின் மீது, அவரது முகம் அதன் வாலைப் பார்க்கும் முறையில், அமரச் செய்த நகரினுள் ஊர்வலமாய் அழைத்துச் சென்றனர். (Ferroli 1951:422-23)

தஞ்சாவூரில் தங்கியிருந்த விசயநகரப் பேரரசரைச் சந்திக்க திருமலை நாயக்கர் சென்றிருந்தபோது, மதுரை நகரைப் பிரமலைக் கள்ளர்கள் கைப்பற்றிவிட்டனர். விசயநகர மன்னரின் படையுடன் வந்து திருமலை நாயக்கர் அதை மீட்டார். கள்ளர்களுக்குத் துணை நின்ற பிராமணர் ஒருவரைக் கைது செய்து அவரது தலையில் மலச்சட்டியை வைத்து, கழுதை மேல் ஏற்றி ஊர்வலமாக அழைத்துச் சென்று சிறையில் அடைத்தார். இச்செய்தியை ஸ்பானிய மொழியில் எழுதப்பட்ட சேசுசபை ஆண்டு மடல் குறிப்பிடுகிறது.

உயர்வும் தாழ்வும் மாறி மாறி சமூகத்தில் நிகழ்வன என்பதை விளக்கவரும் 'நறுந்தொகை' என்ற பிற்கால நீதி நூல், கழுதை மேயும் இடம் என்பதையே தன் கருத்தை விளக்கப் பயன்படுத்துகிறது. மாட மாளிகைகள் அழிந்து பாழாகி நிற்கும் காட்சியை,

'எழுநிலை மாடம் கால்சாய்ந்து உக்குக்
கழுதை மேய பாழ் ஆயினும் ஆகும்'

என்றும் பாழ்நிலம் நகரமாக மாறுவதற்கு முன்பிருந்த நிலையை

'பெற்றமுங் கழுதையும் மேய்ந்த அப்பாழ்
பொற்றொடி மகளிரும் மைந்தருங்கூடி
நெற்பொலி நெடுநகர் ஆயினும் ஆகும்'

என்று குறிப்பிடுகிறது (செய்யுள்: 54,55). பாழ்பட்ட பகுதியுடன் கழுதையைத் தொடர்புபடுத்திக் கூறும் பழக்கத்தின் தொடர்ச்சியாக இதைக் கூற இடமுள்ளது.

* பெற்றம் : எருமை

தமிழ்ப் பண்பாட்டில் இத்தகைய இழிவான இடம் கழுதைக்கு வழங்கப்பட்டிருப்பதை அறியத் தவறிய சீர்திருத்தக் கிறித்தவ சபையினர், தம் சமயப்பரப்புச் சுவரொட்டிகளில், கோவேறு கழுதையின் மீது அமர்ந்து யேசு பயணிப்பது போன்ற ஓவியத்தை அச்சிட்டுவிடுகின்றனர். யூதப் பண்பாட்டில் கோவேறு கழுதை பயணத்திற்குப் பயன்பட்டுள்ளது. அதன் அடிப்படையிலேயே கோவேறு கழுதையின் மீது யேசு பயணித்தது விவிலியத்தில் இடம்பெற்றுள்ளது. ஆனால் கோவேறு கழுதை மீதான பயணம் புழக்கத்தில் இருந்து மறைந்து போன தமிழ் நாட்டில் அது கழுதையின் படமாகக் கிராமப்புற மக்களின் பார்வையில் பட்டு, அவர் என்ன குற்றத்திற்காகக் கழுதையின் மீது ஏற்றப்பட்டார் என்று வினவுகின்றனர்.

குரல்வளம் இல்லாத பாடகரை, 'கழுதை கத்தினதுபோல்' என்ற உவமையால் குறிப்பிடுவது இன்றுமுள்ளது. நாக பட்டினத்தில் வாழ்ந்த தாசியொருத்தி பாடத் தொடங்கியதும், கழுதையைத் தொலைத்த வண்ணார் ஒருவர் கழுதை கிடைத்து விட்டது என்ற மகிழ்ச்சியில் அதைக் கட்டுவதற்குக் கயிறு எடுத்துக் கொண்டு ஓடி வந்ததாகக் காளமேகப் புலவர் பாடியுள்ளார். அப்பாடல் வருமாறு:

'வாழ்ந்த திருநாகை வாகான தேவடியாள்
பாழ்த்த குரலெடுத்துப் பாடினாள் - நேற்றுக்
கழுதைகெட்ட வண்ணான்கண் டேன்கண்டே னென்று
பழுதையெடுத் தோடிவந்தான் பார்' (பழுதை - கயிறு)

சிவகங்கைப் பகுதியில் உள்ள மிதிலைப்பட்டி என்ற ஊரைச் சேர்ந்த அழகிய சிற்றம்பலக்கவிராயர் என்பவர், தமக்குப் பிடிக்காத

சட்டநாதன் என்பவர் மீது 'கழுதை விடு தூது' என்ற நூலை இயற்றியுள்ளார் (ஸ்ரீலெட்சுமி).

கழுதை வரி

பிற்காலச் சோழர் காலத்தில் பொலிக் காளைகளுக்கு வரி விதிக்கப்பட்டது. இவ்வரி 'நல்லெருது' எனப்பட்டது.

குலோத்துங்கச் சோழன் எருமை மாடுகளுக்கு வரி விதித்துள்ளான். மக்கள் இவ்வரிவிதிப்பை எதிர்க்கவே இது பின்னர் கைவிடப்பட்டது. கழுதை மீது வரி எதுவும் விதிக்கப்பட்டதாகத் தெரியவில்லை.

ஆனால் ஆங்கில ஆட்சியின் போது வட ஆற்காடு மாவட்ட ஆட்சித்தலைவர் கழுதைக்கு வரிவிதித்துப் பின்னர் அதைக் கைவிட்ட செய்தியொன்று திருவண்ணாமலை பகுதி வண்ணார்களிடம் வாய்மொழி வழக்காறாக உள்ளது. அது வருமாறு:

கிழக்கிந்தியக் கம்பெனியாட்சியின் போது வேலூர், திருவண்ணாமலைப் பகுதிகளுக்கு ஆங்கிலேயர் ஒருவர் ஆட்சித் தலைவராக இருந்தார். அவரது ஆடைகளைச் சலவை செய்து வந்தவரின் பணியில் அவருக்கு நிறைவில்லை. பல தடவைக் கூறியும் அவரது பணிமுறை மாறவில்லை.

இதனால் கோபம் கொண்ட அவர், வண்ணார்கள் அனைவரையும் பழிவாங்க விரும்பினார். வண்ணார்கள் தம் தொழிலுக்காக வரி எதுவும் செலுத்தவில்லை என்பதையறிந்த அவர், அவர்கள் பயன் படுத்தும் கழுதைக்கு வரிவிதித்தார். ஆட்சித் தலைவரின் வரிவிதிப்பு உத்தரவு வண்ணார்களிடம் தெரிவிக்கப்பட்டது. குடி ஊழியம் செய்பவர்களுக்கு 'மேரை' அல்லது 'சுதந்தரம்' என்ற பெயரில் தானியங்களை வழங்கும் வழக்கம் நடைமுறையில் இருந்தது.

அக்காலத்தில் தானிய வடிவில் வரி செலுத்தும் பழக்கம் இருந்ததால் மேரையாகப் பெற்ற கம்பு, சோளம், கேழ்வரகு, நிலக்கடலை என விளைபொருள்களைத் தம்மிடமுள்ள கழுதை களின் எண்ணிக்கைக்கேற்ப தலையில் சுமந்தவாறும், மாட்டு வண்டிகளில் ஏற்றியும் கூட்டமாக ஆட்சித் தலைவரின் அலுவலகம் நோக்கி ஊர்வலம் போல் திரண்டு வந்தனர். இதைப் பார்த்தவர்கள்

எல்லோரும், அவர்கள் கூட்டமாகப் போவதற்கான காரணத்தை வினவினர். உடனே 'நாங்க கழுதைக்கு மேரை (வரி) கட்டப் போறோம்' என்ற ஒரே குரலில் கூறினார்கள்.

'கலெக்டர் கழுதைக்கு வரி கட்டப்போகிறோம்' என்று அவர்கள் கூறுவதாக மக்கள் கருதி வியப்பும் திகைப்பும் அடைந்தனர். இவ்வாறு பல்வேறு பகுதியிலுள்ள வண்ணார்கள் திரண்டு வந்து கலெக்டர் அலுவலகத்துக்கு முன் நின்றனர். சிப்பாய்கள் அவர்களைத் தடுத்து நிறுத்தி என்ன விஷயம் என்று கேட்டனர். 'கழுதைக்கு மேரை கட்ட வந்திருக்கோம்' என்று ஒரே குரலில் கூவினர். கலெக்டரைத்தான் கழுதை என்று கூறுகிறார்கள் என்று கருதிய சிப்பாய்கள் அவர்களை அதட்ட, ஒரே கூச்சலும் குழப்பமுமானது.

இதைக் கேட்ட கலெக்டர் தாசில்தாரை அனுப்பி என்ன வென்று விசாரித்து வரும்படிக் கூறினார். அவ்வாறு வந்த தாசில்தார் வண்ணார்களிடம் அவர்கள் திரண்டு வந்த காரணத்தை வினவியபோது, 'கழுதைக்கு மேரைகட்ட வந்திருக்கோம்' என்று கூவினர். அவர்களை அமைதியாக நிற்க சொல்லிவிட்டு கலெக்டரிடம் போய், கழுதைக்குப் போட்ட வரியை நீக்கும்படி சொன்னார். கலெக்டர் அதை ஏற்கவில்லை.

அப்படி நீக்காவிட்டால் இப்படி அவர்கள் வரிகட்ட வரும் போதெல்லாம் 'கழுதைக்கு மேரை கட்டப்போறோம்' என்று தெருவெல்லாம் கூச்சல் போடுவார்கள். அது நமக்குத் தான் அவமானம் என்று விளக்கிக் கூறினார். தாசில்தார் கூறியதைப் புரிந்துகொண்ட கலெக்டர் கழுதை வரியை நீக்கி உத்திரவு போட்டார் (த.ம.பிரகாஷ்).

தற்போதையப் பயன்பாடு

தற்போது சலவைத் தொழிலில் கழுதையின் பங்களிப்பு பெரிதும் குறைந்து விட்டது. ஆயினும் பல புதிய பயன்பாடுகள் உருவாகியுள்ளன. நன்செய் சிறிய உரச்சாக்குகள் தொங்க, தண்ணீர் பாயும் வாய்க்கால்களின் வழியே இவை நடத்திவரப்படுகின்றன. ஆற்றில் மணல் கடத்த, மலைப்பகுதிகளில் காய்ச்சப்படும் கள்ளச் சாராயத்தை மலையடிவாரத்துக்குக் கொண்டுவர என சமூக விரோதச் செயல்களில் இன்று கழுதை பயன்படுத்தப்படுகிறது.

★

பின்இணைப்பு: 3

வண்ணான் பாட்டு

பதினைந்தாம் நூற்றாண்டில் வாழ்ந்த தத்துவராயர் தமிழ் மொழியின் வேதாந்த மார்க்கத்துக்கு மூலகர்த்தராக விளங்குபவர். தத்துவராயர் திரட்டிய சிவப்பிரகாச பெருந்திரட்டில் பல அத்வைத நூல்கள் தமிழ்நாட்டில் இருந்ததை அறிய முடிகிறது. புலவர்கள் பாராட்டும், கலம்பகம், பரணி, பிள்ளைத் தமிழ் முதலிய பிரபந்த வகைகளை தம் ஆசிரியர் சொரூபானந்தர் மேல் பாடி அடங்கன்முறை என்ற திரட்டை தமிழ் உலகிற்கு தந்துதவியவர். தத்துவ ராயர் தம் குருவை பிரிந்து சென்ற போதும் மீண்டும் அவர் திருவடிகளில் வந்து வீழ்ந்து வணங்கிய போதும் பாடிய பாடல்களின் தொகுப்பே பாடுதுறை என்று வழங்கப்படுகிறது. பாடுதுறையில் 138 தலைப்புகளில் 1140 பாடல்கள் இடம் பெற்றுள்ளன, இப்பாடல்களில் தமிழ் பக்தி இலக்கிய வகைகள் பல இடம்பெற்றுள்ளன. நாட்டுப்புற மக்களின் வாய் மொழி இலக்கிய வகைமையாக கருதப்படும் நாடோடிப் பாடல் வடிவில் தொழில் சார்ந்த சில சாதி வரிசை அடிப்படையில் அத்வைத கருத்தை வலியுறுத்தி பாடல்களை பாடியுள்ளார் தத்துவராயர். அந்த வகையில் அம்பட்டன், வண்ணார், செட்டி, முதலியார், பாம்பாட்டி, குறத்தி, பார்ப்பான்,

பறையன், தட்டன், தச்சன் போன்ற சாதிகளின் அடிப்படையில் பாடல்கள் பதிவாகியுள்ளது. தத்துவராயர் காலத்தில் சாதி கட்டமைப்புமிக்க தமிழ் சமூக அமைப்பில் சாதிய மேலாக்கம் மிகுந்திருந்தது, சாதி வேறுபாடற்ற அனைவரும் சமம் என்ற அடிப் படையில் அத்வைதத்தை பரப்பும் நோக்கில் அமைந்துள்ளது, அப்பாடல் வரிசையில் வண்ணார் சாதி குறித்த பாடல் 118வது பாடலாக அமைந்துள்ளது. அப்பாடல் எண்சீர்கழிநெடிலடி ஆசிரிய விருத்தத்தில் அமைந்த பாடல் கீழே காணலாம்.

கறையுறு முளத் தூசிற் காமாதி முழுதுங்
கமையென்னும் பெருங்கல்லிற்ப் புடைத்து
வறையுறு மலமா மதியுவர் பிடித்து
வைம்பூதத் தொடக்கென்று மறவாவி வைத்து
அறைதரு பெருமாயை யொதுக்கற வொலித்து
வொழிவற வொளிர் போதப் பிரமமேயாக
மறைமுறை கழுவிய வண்ணத்த னடியேன்
வாசாம கோசார வண்ணத்த னடியேன் (க) (1)

தேசறு முளத்தூசிற் றிகழ்மையன் முழுதுஞ்
சிதையவே யெடுத்தடித் தலம்பியங் கதனை
யாசறு சமதம மதியுவர் பிடித்து
வகிலத் தோடணைவொன்று மறவாவி வைத்துப்
பேசுறு பெருமாயை பிறழ்வற வொலித்துப்
பிறிதற வொளிர் போதப் பிரமமேயாக
மாசறக் கழுவிய வண்ணத்த னடியேன்
வாசமா கோசர வண்ணத்த னடியேன் (உ) (2)

அழுக்குறு முளத்தூசி லாமுக் குணமீ
டனை முழு தறப்புடைத் தலம்பியங் கதனை
யிழுக்கறும் விமலமா மதியுவர் பிடித்து
யானென தென் முழுதற வாவி வைத்து
புழுக்கூடி லுளமாயை புரையற வொலித்துப்
புரணபூ ரணப் போதப் பிரமமே யாக
வழுக்கறக் கழுவிய வண்ணத்த னடியேன்
வாசாம கோசர வண்ணத்த னடியேன் (ங) (3)

---

1. *அருணாசல முதலியார் (ப.ஆ.) தத்துவராய சுவாமிகளின் பாடுதுறை, சென்னை, மனோன்மணி விலாச அச்சுக்கூடம் 1904.*
2. *சு.வேங்கடராமன், அறிப்படாத தமிழ் இலக்கிய வரலாறு, மதுரை, மீனாட்சி புத்தக நிலையம் 2004.*

ஆங்கிலக் காலனிய ஆட்சி நிலைபெற்றபின் தமிழ்நாட்டில் அச்சகங்கள் உருவாயின. அதன் தொடர்ச்சியாகப் புத்தகங்களை வெளியிட்டு ஆதாயம் அடையும் நோக்கில் புத்தக வெளியீட்டாளர்கள் உருவாயினர். இவர்களுள் ஒரு பிரிவினர் கல்வியறிவுமிக்க வாசகர்களை மையமாகக்கொண்டும், மற்றொரு பிரிவினர் சராசரிக் கல்வியறிவு கொண்டோரை மையமாகக் கொண்டும், தம் வெளியீடுகளை உருவாக்கிக் கொண்டனர். சராசரி கல்வியறிவு கொண்டோரை மையமாகக் கொண்ட புத்தக வெளியீடுகள் எழுதப் படிக்கத் தெரியாதோரையும் கூடச் சென்றடைந்தன. எவ்வாறெனில் ஒருவர் உரக்கப் படிக்க மற்றவர்கள் சுற்றியமர்ந்து கேட்டனர். இம்முறையானது தமிழர் பண்பாட்டு வரலாற்றில் பாரம்பரியமான ஒன்றாகும். நூல்கள் உருப்பெறும் முன்னர் ஓலைச்சுவடிகளை ஒருவர் வாசிக்க, பிறர் கேட்டு மகிழும் வழக்கம் இருந்துள்ளது. இம்முறையானது சமயம் சார்ந்தும், வாழ்க்கைவட்டச் சடங்குகள் சார்ந்தும் நிலவி வந்துள்ளது. பொழுதுபோக்கும் நோக்கிலும் இவை உரக்கப் படிக்கப்பட்டன.

இவ்வகையில் சித்திரை வருடப்பிறப்பன்று கோவில்களில் 'சித்திரபுத்திர நாயனார் கதை' படித்தலும், திருமண வீடுகளில் வாழ்த்துப்பாடல், சோபனப்பாடல், வாழ்த்துமானம் என்ற பெயர்களில் மணமக்களை வாழ்த்திப்பாடலும், முதியோர் இறந்தபின்பு அல்லது இறக்கும் தருவாயில் இருக்கும்போது 'கர்ணன் மோட்சம்' கதைப்படித்தலும் பழமையானவை. இதன் தொடர்ச்சியாகப் பெரும்பாலும் 13X10 செ.மீட்டர் அளவில் சிறுநூல்கள் வெளிவந்து, அவை உரக்கப் படிக்கப் பெற்று மற்றவர்களால் கேட்டு மகிழப் பட்டன. இவை உரைநடையிலும் கும்மி, சிந்து, தெம்மாங்கு வடிவிலும் அமைந்தன. கொலை, தற்கொலை, கொள்ளை, விபத்து, இயற்கைச் சீற்றம், தொற்றுநோய் போன்ற சமூக நிகழ்வுகளையும் காலனிய ஆட்சி அறிமுகப்படுத்திய பொருட்களையும் இவை மையமாகக் கொண்டிருந்தன. இந்நூல்களை விற்பனை செய்வோரும் நூல்களின் உள்ளடக்கத்தை உரக்கக் கூறி அல்லது பாடி விற்பனை செய்து வந்தனர்.

இந்நூல்களை குஜிலிக்கடைப் பதிப்பு என்று கூறும் மரபும் உண்டு. இசைத்தட்டுக்கள்; அறிமுகமான பின்னர் குஜிலிக்கடைப்

பதிப்புகளுக்கும், இசைத்தட்டுக்களுக்கும் இடையில் நெருக்கம் உண்டாயிற்று. இந்நெருக்கம் இரண்டு வகையில் வெளிப்பட்டது. முதலாவதாக இசைத்தட்டுக்களில் இடம்பெறும் பாடல்கள் குஜிலிக்கடைப் பதிப்பாக வெளியாயின. திரைப்படப்பாடல்கள் சினிமாப்பாட்டு புஸ்தகம் என்ற பெயரில் மக்களிடம் சென்றடைந் தமையின் முந்திய வடிவமாக இதைக் கொள்ளலாம்.

இரண்டாவதாக மக்களிடம் செல்வாக்குப் பெற்ற குஜிலிக் கடைப் பதிப்புகளில் இடம்பெற்ற பாடல்கள் இசைத்தட்டுக்களில் இடம்பெற்றன. இதனால் சிலபாடல்கள் ஒரேநேரத்தில் குஜிலிக் கடைப் பதிப்பாகவும், இசைத்தட்டாகவும் மக்களிடம் பரவின. இவ்வகையில் தமிழ் மக்களிடம் பரவிய ஒரு பாடல்

'வண்ணான் வந்தானே
வண்ணாரச் சின்னான் வந்தானே'

என்ற பல்லவியுடன் தொடங்கும் பாடலாகும். இப்பல்லவியை அடுத்து அனுபல்லவி, மகுடத்தொடர், பல்லவி எடுப்பு, அனு பல்லவி எடுப்பு என்பன இடம்பெற்றுள்ளன. நூல் வெளியான ஆண்டு இடம்பெறவில்லை. இந்நூலின் முகப்பட்டை பின் வருமாறு அமைந்துள்ளது;

P.S.சிவபாக்கியம் பாடியது

வண்ணான் பாட்டு

இடைச்சி பாட்டு

திருச்சி புக்ஸெல்லர்ஸ் பப்ளிஷர்ஸ்

A.M.சன்னாசியா பிள்ளையால் வெளியிடப்பட்டது.

இதன் விலை: பை.6.

இந்நூலின் முதல் பாடலாக வண்ணான் பாட்டு இடம் பெற்று உள்ளது. இதையடுத்து குறத்திப்பாட்டு, இடைச்சிப்பாட்டு, இடையன்பாட்டு, அரிசி குத்துவோமே என்ற பாடல்கள் இடம் பெற்றுள்ளன. உடல் உழைப்பை வேடிக்கைக்குரிய ஒன்றாகக் கருதும் மேட்டிமையுணர்வு இப்பாடல்களில் இடம்பெற்றுள்ளது. இதனையொத்த மற்றொரு நூலும் வெளியான ஆண்டு குறிப்பிடப்படாமல்,

வண்ணான் பாட்டு
சன்னாசியா பிள்ளை
விலை: பை.6

என்ற முகப்பட்டையுடன் வெளியாகியுள்ளது. இந்நூலிலும் முகப்பட்டையாக மேலேகுறிப்பிட்ட 'வண்ணான் வந்தானோ' என்ற வரியுடன் தொடங்கும் பாடல் இடம்பெற்றுள்ளது. அத்துடன் 'வண்ணான் கழுதையைக் காணாது வண்ணாத்தியுடன் தர்க்கித்தல்' என்ற பாடலும் இடம்பெற்றுள்ளது. முதல் நூலில் 'வண்ணான் பாட்டு' என்ற தலைப்புக்கு மேல் P.S.சிவபாக்கியம், M.சாரதாம்பாள், S.S.ஜானகி இவர்கள் பாடியது என்ற குறிப்பு இடம்பெற்றுள்ளது. இரண்டாவது நூலிலும் முதல்பாடலாக வண்ணான் பாட்டு இடம் பெற்றுள்ளது. ஆனால் முதல் நூலில் குறிப்பிடப்பட்ட மூவர் பெயருக்குப் பதிலாக 'சிவபாக்கியம் வண்ணான் பாட்டு' என்றே குறிப்பிடப்பட்டுள்ளது. இப்பாடல் இசைத்தட்டிலும் இடம் பெற்றது.

இசைத்தட்டில் இப்பாடல் வெளியான பின்புதான், இவ்விரு நூல்களும் வெளியாகியிருக்க வேண்டும் என்று கருதலாம். பாடலுக்குமுன் இடம்பெற்றுள்ள P.S. சிவபாக்கியம் பாடியது என்ற குறிப்பு இம்முடிவுக்கு வரத்தூண்டுகிறது.

அதே நேரத்தில் முதலில் குறிப்பிட்ட நூலில் இடம் பெற்றுள்ள 'அரிசிக் குத்துவோமே' என்ற பாடலின் தலைப்புக்கு மேல், 'நட்சின்ஸ் புதிய ரிக்கார்டு' என்ற குறிப்பு இடம் பெற்றுள்ளது. வண்ணான் பாட்டில் இத்தகைய குறிப்பு எதுவும் இடம்பெறவில்லை என்பதையும் கவனத்தில் கொள்ள வேண்டி யுள்ளது.

எப்படியிருந்தாலும் இச்சிறு நூல்களும், இசைத்தட்டும் ஒரேகாலத்தில் சற்றுமுன்பின்பாக வெளிவந்திருக்கவேண்டும்.

சென்ற நூற்றாண்டின் முப்பதுகளில் இவ்வண்ணான் பாட்டிற்கு எதிராக வண்ணார் சமூகத்தின் எழுச்சி நிகழ்ந்துள்ளது. இவ்வெழுச்சி குறித்து 'வண்ணார் கிளர்ச்சி' என்ற தலைப்பில் ஆய்வாளர் கோ.ரகுபதி (2013) ஆய்வுக்கட்டுரையொன்று எழுதி யுள்ளார். இப்பாடலுக்கெதிராக வண்ணார்களிடையே பலத்த எதிர்ப்பு தோன்றியது.

1934ஆம் ஆண்டில் திருச்சியில் நிகழ்ந்த வண்ணார் சமூக மாநாட்டில் இப்பாடலுக்கு எதிராக நிறைவேற்றப்பட்ட தீர்மானத்தை ஆய்வாளர் கோ.ரகுபதி தம் கட்டுரையில் பதிவு செய்துள்ளார். அது வருமாறு;

> மதுரை தோழியர் சிவபாக்கியத்தம்மாள் ஒடியன் கிராம் போன் ரெக்கார்டின் வண்ணான் வந்தானே எனப் பாடி இருக்கும் பாட்டு முழுவதும் நமது குலத்தினர்களுக்கே மானஹானி உண்டாகுமாறு இருப்பதோடு, மேல்படி பாட்டில் அடங்கி இருக்கும் ஒவ்வொரு சொல்லும் நமது குலத்தையும் தொழிலையும் இழிவுபடுத்தி இடித்துக் கூறுவதாக இருப்பதால், மேற்படி ரிக்கார்டை பறிமுதல் செய்வதோடு மேற்படி பாட்டை பொதுமக்கள் அடங்கிய நாடகம், டாக்கீஸ், சங்கீதக் கச்சேரி முதலியவற்றில் ஒருவரும் பாடக்கூடாதெனத் தடையுத்தரவு பிறப்பிக்க வேண்டுமெனச் சென்னை அரசாங்கத்தாரை இம்மாநாடு கேட்டுக்கொள்கிறது.

இத்தீர்மானத்துடன் மேற்கூறிய இசைத்தட்டு மாநாட்டில் உடைத்து நொறுக்கப்பட்ட செய்தியையும் குறிப்பிட்டுள்ளார். இம்மாநாட்டிற்கு நீதிக்கட்சியின் தலைவர்களில் ஒருவரான பி.டி.ராஜனையும் அழைத்திருந்தனர். அவர் ஆற்றிய உரையின் ஒரு பகுதியை நகரதூதன் இதழில் இருந்து மேற்கோளாக கோ.ரகுபதி குறிப்பிட்டுள்ளார். அது வருமாறு;

> நீங்கள் எனக்குக் கொடுத்த பத்திரத்தில் உங்கள் சமூகத் தையும் உங்கள் மனதையும் புண்படுத்தும் பாட்டைக் குறித்திருக்கிறீர்கள். இது விஷயமாக நியாயஸ்தலத்திற்கும் வழக்கு சென்றது எனக்கு ஞாபகமிருக்கிறது. இது விஷய மாக நான் ஒரு யோசனையை உங்களுக்குச் சொல்ல விரும்புகிறேன். உங்கள் மனதைப் புண்படுத்தும் இந்தப் பாட்டை பற்றி நினைத்துக்கொண்டிருந்தால் அது உங்களுக்கு வேதனையாகத்தானிருக்கும். ஆகையால் நீங்கள் அதை மறந்துவிட வேண்டும். அங்ஙனம் செய்யாவிட்டால் உங்கள் எதிரிகளுக்குப் பின்னும் இடந்தருவதாகும். எனவே எதிரிகளுக்கு நற்புத்தி

கற்பிக்க வேண்டி நீங்கள் பொறுமை காட்ட வேண்டும். அங்ஙனம் செய்தால் பாட்டின் பழைய ஞாபகம் உங்களை விட்டு அறவே நீங்கிவிடும். எதிரிகளும் வெட்கி தங்கள் செய்கைக்கு வருந்தி விட்டுவிடுவார்கள்.

காந்தியுடன் அரசியல் நிலையில் முரண்பட்டிருந்தாலும் அடித்தட்டுச் சாதியினரை அவரது அணுகுமுறையிலேயே பி.டி.ராசன் அணுகியுள்ளார்.

★

பின் இணைப்பு : 4

காஞ்சீபுரம் சலவைத் தொழிலாளர்
சங்கத்தின் மனு, 28.3.1970
(சட்டநாதன் ஆணையத்திடம் வழங்கியது)

1. தமிழ்நாடு பிற்பட்டோர் சமூகத்திற்குள் சலவைத் தொழிலாளர் சமூகமும் ஒன்று. அதற்கு அரசுப் பதிவில் கொடுக்கப் பட்டிருக்கும் பெயர் 'வண்ணார்'.

2. வண்ணார் சமூகம் நகரப் பகுதிகளிலும் கிராமப் பகுதிகளிலும் உள்ள மக்களுக்கு சமமாக ஒரே கூட்டமாக மொத்தமாக, ஒரே அமைப்பாக வாழவில்லை.

3. கிராமப் பகுதியில் ஊருக்கு ஒரு குடியாக தொழில் நடத்தி வருகிறார்கள்.

4. கிராமத்தில் தொழில் செய்யும் சலவைத் தொழிலாளர்கள், உழைப்பிற்குத் தகுந்த ஊதியம் கேட்டால் பலன் பெறாமல் பல சங்கடங்களுக்கு உள்ளாகிறார்கள்.

சங்கடங்கள்:

1. சலவைத் தொழிலாளிக்கென்று நிர்ணயிக்கப் பட்டுள்ள (ஊர்ப் பொதுமனையில் உள்ள

வீட்டையும்) தொழிலையும் பறித்து வெளியேற்றப் படுகிறார்கள்.

2. ஊர் மக்கள் கட்டுமானத்தால் மேற்படித் தொழிலாளிக்கு சொந்தமான நிலம் இருந்தால் பயிர் செய்யவிடாமல் உறவினர்களை உதவ விடாமல் சங்கடப்படுத்து கிறார்கள்.

3. தொழிலாளிக்குத் தகுந்த பாதுகாப்பு தராத காரணத்தால் கிராமத்தில் சுயேச்சையாக நிம்மதியாக வாழ முடியாத நிலை ஏற்படுகிறது.

4. சில கிராமங்களில் விழாக்களிலும் திருமணம் மற்ற சடங்குகளுக்கும் சலவைத் தொழிலாளிகட்கு சம்பந்த மில்லாத பல இழிவான செயல்களை செய்யும்படி பணிக்கிறார்கள். எப்படிச் செய்தும் குறை ஏற்பட்டால் மேற்படி தொழிலாளி கிராம மக்களால் வன்மையாகக் கண்டிக்கப்பட்டு பாதிக்கப்படுகிறார்.

எனவே மேலே குறிப்பிட்டுள்ள குறையை போக்க இக்குழு செய்ய வேண்டிய உதவிகள் :

(1) சலவைத் தொழிலாளிக்கு (நகரில், கிராமத்தில் வாழும்) உழைப்புக்குத் தகுந்த ஊதியம் வழங்க வேண்டும்.

(2) சமுதாயத்தில் அரிசன மக்களுக்கு (தாழ்த்தப்பட்டோர்) அரசாங்கம் கொடுக்கும் பாதுகாப்பைப் போல் சட்டத்தின் மூலம் சலவைத் தொழிலாளர்களுக்கும் கொடுக்கப்பட வேண்டும்.

விளக்கம் : (3) தாழ்த்தப்பட்டோருக்கு பிற சமூக மக்களால் துன்பம் நேரினால் வழக்கு மன்றத்தில் சாட்சிப் பரிசீலனை இன்றி சட்டத்தின் மூலம் துன்பம் விளைவித்தோர் மீது தகுந்த நடவடிக்கை எடுப்பது போல் சலவைத் தொழிலாளிகட்கும் சட்டத்தின் மூலம் தகுந்த பாதுகாப்பு அளிக்க வேண்டும்.

(3) கிராமப் பகுதிகளில் வாழும் சலவைத் தொழிலாளர் களுக்கு அவர்கள் குடியிருக்கும் வீட்டுமனையையும் புறம்போக்கு நிலத்தில் பயிர் செய்யும் நிலத்தையும்

அரசாங்கம் அந்த தொழிலாளிக்கே பட்டா செய்து கொடுக்கும்படி பிற்பட்டோர் நலக்குழு சிபாரிசு செய்ய வேண்டும்.

(அ) நகரப் பகுதியில் வாழும் வீடு இல்லாத ஏழை சலவைத் தொழிலாளிகளுக்கு சர்க்கார் புறம்போக்கு நிலத்தில் வீடு கட்டிக்கொள்ள ஆவண செய்ய வேண்டும்.

(4) நகரப் பகுதியில் வாழும் சலவைத் தொழிலாளர்கள் சுகாதார முறைப்படி பொதுமக்கள் துணிகளை சலவை செய்யத் தகுந்த நீர்நிலைகள் இல்லாமல் நீண்ட, நெடும்காலமாக அல்லலுற்று அவதிப்படுகிறார்கள். குறிப்பாக காஞ்சியில் துணிகளைத் துவைக்க பல மைல் தூரங்களுக்கு அப்பால் சென்று வேதனையுடன் தொழில் நடத்தி வருகின்றனர். இதுகுறித்து காஞ்சி நகரமன்றத் திற்கும், தமிழக அரசுக்கும் பல தடவை சங்கத்தின் சார்பில் மகசர் சமர்ப்பித்து இதுவரை எந்தவிதமான பரிகாரமும் கிடைக்காமல் வேதனையுறுகிறார்கள். எனவே பிற்பட்டோர் நலக்குழு முதல் நடவடிக்கையாக (சிபாரிசு) தமிழக அரசுக்கு எடுத்துரைத்து காஞ்சி நகருக்கு 'டோபி கானா' (சலவைத்துறை) கட்டித்தர பணிவுடன் சலவையாளர் சார்பாக வேண்டிக் கேட்டுக் கொள் கிறேன்.

மருத்துவச் சலுகை :

(5) கடினமான தொழில்களுள் சலவைத் தொழிலும் ஒன்று. கடும் வெய்யிலிலும், மழையிலும், குளிரிலும், சலவைத் தொழிலை சலவைத் தொழிலாளர்கள் செய்வதினாலும், சலவைத் தொழிலுக்கு இன்றியமையாத இராசாயனப் பொருள்களான சோடா, பிளிசிங் பவுடர், டினோபால், சல்பூரிக் ஆசிட் (கந்தக அமிலம்) போன்ற வைகளை சலவைத் தொழிலாளி மேற்படி தொழிலுக்கு கையாளு வதினாலும், இஸ்திரி பெட்டியின் மூலம் இஸ்திரி போடுவதாலும், தொழிலாளிக்கு காசம், சயம் மற்ற கொடிய வியாதிகளால் பீடிக்கப்பட்டு அகால மரணம் அடைகிறார்கள். எனவே இக்குழு அரசாங்கத் துறையில்

பணிபுரியும் அரசு ஊழியர்களுக்கு அளிக்கப்படும் மருத்துவ சலுகைகளைப் போல் சலவைத் தொழிலாளர் களுக்கும் இலவச உயரிய வைத்திய சலுகைகள் செய்து தரும்படி பிற்பட்டோர் நலக்குழு அரசை வற்புறுத்த வேண்டி விரும்பி கேட்டுக் கொள்கிறோம்.

கல்விச் சலுகை :

நமது தமிழ்நாடு அரசாங்கத்தின் பிற்பட்டோர்களுக்கு அளிக்கப்படும் கல்விச் சலுகை போற்றர்குரியது என்றாலும், அரிஜன மக்களுக்கு அளிக்கப்படும் பரிபூரண கல்விச் சலுகையை போல் எங்கள் தொழிலாளர்களுக்கும் அளிக்க வேண்டும் என்று சலவையாளர் சார்பாக வேண்டிக் கேட்டுக் கொள்ளுகிறேன்.

உத்தியோகச் சலுகை :

அரும்பாடுபட்டு பல இன்னல்களுக்கு இடையில் சலவை யாளர் மாணவர்கள் கல்வி பயின்று தேரியும் பலன் இன்றி வேதனையுறுகின்றனர். இதற்கு தலையாய காரணம் அரசாங்கம் சமூகங்களுக்கு அளிக்கும் விகிதாசார குறைவே ஆகும். உதாரண மாக பிற்பட்டோர் சமூகத்திற்கு மட்டும் 16 சதவீதம் அதிகபட்சமாக அளித்துள்ளது. ஆனால் பிற்பட்டோர் சமூகத்தில் அடங்கிய 176 வகையினருக்கு அரசு அளிக்கப்பட்டுள்ள வேலை வாய்ப்பு சதவிகிதம் 25 சதவீதம் ஆகும். அருள்கூர்ந்து சலவைத் தொழி லாளர்களுக்கு தாழ்த்தப்பட்டோர் சமூகத்திற்கு அளிக்கப்படும் வேலை வாய்ப்பு சதவிகிதம் போல் 16 சதவீதம் வேலை வாய்ப்பு விகிதாசாரம் அளித்து எங்கள் சமூகத்தை வளம் பெறச் செய்ய இக்குழு அரசுக்கு எடுத்துரைத்து ஆவண செய்ய வேண்டுகிறேன்.

★

பின் இணைப்பு : 5

(வண்ணார் குறித்த சட்டநாதன்
ஆணையத்தின் பதிவு)

திரு.சட்டநாதன் தலைமையிலான பிற்பட்ட வகுப்பினர் ஆணையத்தின் அறிக்கை 1974இல் ஆங்கிலத்தில் வெளியானது. இவ்வறிக்கையை 'மக்கள் நெஞ்சம்' இதழின் ஆசிரியர் திரு.கலசம் அவரது மகளும் சென்னை உயர்நீதிமன்ற வழக்குரை ஞருமான செல்வி.சுந்தரகாந்தம் ஆகிய இருவரும் இணைந்து தமிழாக்கம் செய்து 'மக்கள் நெஞ்சம் வகுப்புரிமை மலர் - 2012' என்ற தலைப்பில் சென்னை 'புதுவாழ்வுப் பதிப்பகம்' வாயிலாக வெளியிட்டுள்ளனர். சட்டநாதன் ஆணைய அறிக்கையில், (தொகுதி-1, பக்கம்.83-85) வண்ணார் சமூகம் தொடர்பாக இடம்பெற்றுள்ள பகுதியின் தமிழ் வடிவம் இந்நூலில் இருந்து (பக்கம்.197-199) எடுத்தாளப்பட்டுள்ளது.

★★★

வண்ணார் வகுப்பு தமிழ்நாடு அரசுப் பணியாளர் தேர்வாணையம் வெளியிட்டுள்ள பட்டியலில் வரிசை எண்.144இல் இடம்பெற்றுள்ளது. பிற்படுத்தப் பட்ட வகுப்புகளின் துறையின் அறிவிக்கையில்

(வண்ணான், அகசா, மடிவலா, ஏகாலி, ராஜகுலா, வெளுத்தாடன், ராஜகா) வரிசை எண்.150இல் இடம்பெற்றுள்ளது. பிற்படுத்தப் பட்ட வகுப்புகளின் துறையின் பட்டியலில் வரிசை எண்.56இல் இடம்பெற்றுள்ளது.

இந்த ஆணையத்துக்கு அதிக எண்ணிக்கையில் மனுக்களை அளித்த வகுப்புகளுள் வண்ணார் வகுப்பும் ஒன்று. நாங்கள் பார்வையிட்ட ஊர்கள் மாவட்டத் தலைநகரமோ கிராமமோ எதுவாக இருப்பினும் இவ்வகுப்பினர் எங்களைச் சந்தித்து மனுக்களை அளித்தனர். எங்களுடைய வினா நிரலுக்கு அதிகமான எண்ணிக்கையில் விடைகளைக் கொடுத்தனர். சிலர் அச்சிட்டும் கொடுத்தனர். பலர் வாய்மொழியாகவும் சாட்சியம் அளித்தனர். எழுத்தாக அளிக்கப்பட்ட மனுக்களில் கீழ்க்கண்ட 4 மனுக்களைக் குறிப்பிட வேண்டும்.

1. செயலாளர், தமிழ்நாடு சலவைத் தொழிலாளர் சங்கம், மதுரை மாவட்டம்.
2. தேசியத் தொழிலாளர் சங்கம் சலவையாளர் பேரவை, அரக்கோணம்.
3. கோயம்புத்தூர் மாவட்ட சலவைத் தொழிலாளர் சங்கம்.
4. சேலம் சலவையாளர் பேரவையும், காஞ்சீபுரம் சலவை யாளர் சங்கமும்.

சலவையாளர் குடும்பங்கள் ஒன்றோ இரண்டோ இல்லாத கிராமங்கள் இல்லை எனலாம். ஒவ்வொரு சிறுநகரத்திலும் 50 அல்லது 100 குடும்பங்கள் இருக்கும். பெருநகரங்களில் ஆயிரக் கணக்கில் இருக்கும். இம்மக்களின் நலன்களைக் கவனித்துக் கொள்வதற்காக மாநில அளவிலும் உள்ளூர் அளவிலும் சங்கங்கள் உள்ளன. இவர்களுக்கு அறிவூட்டுவதற்கும் ஒற்றுமைப்படுத்து வதற்கும் 'சலவைச் சங்கம்' என்கிற மாதமிருமுறை ஏடும் நடத்தப்பட்டு வருகின்றது. இவ்வகுப்பின் சார்பாளர்கள் சென்னை, காஞ்சிபுரம், மதுரை, வேலூர், கோயம்புத்தூர் ஆகிய நகரங்களில் இவ்வாணையத்தின் முன் சிறப்பான வாய்மொழிச் சாட்சியங்களை அளித்தனர். எங்களுடைய மாவட்டச் சுற்றுப் பயணத்தின்போது இவ்வகுப்பினர் அதிகமாக வாழுகின்ற பகுதிகளைப் பார்வை

யிட்டோம். அவற்றில் மதுரை வைகை நதிக்கரையிலும் மேட்டுப் பாளையத்தில் மாயாறு பகுதியிலும் பார்வையிட்டதைக் குறிப்பிட விரும்புகிறோம். மதுரையில் 1000 குடும்பங்கள் ஆற்றோரம் ஒரே தொகுப்பாக குடிசைகளில் வாழ்கின்றன. அப்பகுதி பெரிதும் தூய்மை குறைந்து உள்ளது. பெருமழையின் போது குடிசைகள் வெள்ளத்தால் சூழப்பட்டு விடுகிறது என்று முறையிட்டனர். தாமதிக்காமல் இத்தகைய பகுதிகளில் சலவையாளர்களுக்கு வீடுகள் கட்டிக்கொடுக்கப்பட வேண்டும்.

இவ்வகுப்பினருக்குள் பல உட்பிரிவுகளும் கிளைகளும் உள்ளன. இவற்றுக்கிடையே கொள்வினை கொடுப்பினை முழுமையாக உள்ளதென்று சொல்ல முடியாது. இவர்கள் எந்த உட்பிரிவினராக இருந்தாலும் இவர்களுடைய தொழில் துணி வெளுப்பதுதான். இவர்கள் எந்த வகுப்பினருக்குச் சேவை செய்கிறார்கள் அல்லது சேவை செய்யமாட்டர்கள் என்கிற அடிப்படையைக் கொண்டு இந்த உட்பிரிவுகள் உள்ளன. மதுரையில் அளிக்கப்பட்ட மனுவில் இருங்குக பாண்டி தெலுங்கர் முகமதியர் என்கின்ற உட்பிரிவுகள் கூறப்பட்டுள்ளன. அரிசன மக்களுக்கு வேலை செய்யும் சலவையாளர் இப்பட்டியலில் இல்லை. வேறொரு மனுவில் மருதநாட்டு வண்ணான், ஜெட்டி வண்ணான், பாண்டிய வண்ணான், பணிக்க வண்ணான், புதிரை வண்ணான் ஆகிய உட்பிரிவுகள் கூறப்பட்டுள்ளன.

சில மனுக்களில் இவ்வகுப்பினரின் மக்கள்தொகை 10 முதல் 12இலட்சம் என்று தெரிவிக்கப்பட்டுள்ளது. 1921ஆம் ஆண்டின் மக்கள்தொகைக் கணக்கெடுப்பின்படி இவர்களின் எண்ணிக்கை 2,49,502ஆகும். அதன் அடிப்படையில் இப்போதைக்கு மதிப் பிட்டுப் பார்க்கும்போது இவர்களின் எண்ணிக்கை 4,61,239 என மதிப்பிடலாம். கிராமப்புறங்களில் இவர்கள் சமுதாயத்துக்குச் சேவை செய்யும் வகுப்பாக கிராமத்தில் உள்ள எல்லா வகுப் பினருக்கும் சேவை செய்யக் கடமைப்பட்ட வகுப்பாக நடத்தப் படுகின்றனர். பல தலைமுறைகளுக்கும் முன்னதாக நிர்ணயிக்கப் பட்ட கூலியின் அடிப்படையிலேயே இப்பொழுதும் ஆண்டுக்கு ஒரு முறையோ இரண்டு முறையோ பொருளாகவே கூலி கொடுக்கப் படுகிறது. பாரம்பரியமாகக் கொடுக்கப்பட்டு வருகின்ற கூலி குறைவு என்பதும், இழிவாகக் கருதப்படுகின்ற சில வேலைகளைச்

செய்யும்படி கட்டாயப்படுத்துகின்றனர் என்பதும் கிராமப் புறங்களில் உள்ள இம்மக்களின் மிகப்பெரும் மனக்குறையாகும். சலவையாளர்கள் இன்றும்கூட சமுதாயத்தில் வேற்றுமை பாராட்டப்படுகின்றனர் என்றும் இவர்கள் முறையிட்டனர். நோய் தொற்றிய துணிகளையும், கறைபடிந்த துணிகளையும் துவைக்கச் சொல்வதாகவும், இழிவான சடங்குகளைச் செய்யச் சொல்வதாகவும் எங்களிடம் கூறினர். ஏரி, குளம், ஆறு ஆகியவற்றின் கரையோரங் களில் துணி துவைக்கவும், உலர்த்தவும் தாங்கள் பயன்படுத்தி வந்த இடங்களை மற்ற மக்கள் கைப்பற்றிக் கொண்டதாகவும் முறை யிட்டனர். இவற்றை விசாரித்த நடவடிக்கை எடுத்து அவ்விடங் களை மீட்டு இவர்களிடம் மீண்டும் ஒப்படைக்க வேண்டும். நிலவுடைமைச் சமுதாயம் தங்கள் மீது திணித்துள்ள இயலாமை களிலிருந்து விடுதலை பெற வேண்டும் என்று இவர்கள் விரும்பு கின்றனர். பொருளாதார அளவில் பலர் எங்களுக்கு குடியிருக்க வீடு இல்லை என்றும், தொழிலை செய்வதற்கு வசதிகள் இல்லை என்றும் முறையிட்டனர். மக்கள்தொகையில் இவர்கள் சிதறுண்டு கிடப்பதால் சமுதாய அடக்குமுறையை எதிர்க்கவும், நல்ல கூலி கேட்கவும் ஒன்றுபடும் திறன் அற்றவர்களாகவே உள்ளனர்.

இவ்வகுப்பினரின் வாழ்நிலையிலும் வருவாய் ஈட்டும் திறனிலும் போற்றத்தக்க முன்னேற்றம் சென்னையிலும் மாவட்ட நகரங்களிலும்கூட இல்லை. அரசு அண்மைக் காலங்களில் தண்ணீர் வசதியுடனும், உள்கட்டமைப்பு வசதிகளுடனும் சலவைத் துறைகளைக் கட்டிக்கொடுத்து உதவியுள்ளது. ஆனால் அத்தகைய சலவைத் துறைகளின் எண்ணிக்கை மொத்தத்தில் போதுமானதாக இல்லை. அப்படிப் பல இடங்களிலும் பேரூராட்சிகளிலும், நகராட்சிகளிலும் கட்டிக்கொடுக்கும் வாய்ப்புகள் உள்ளன. கல்வியில் தாங்கள் மிகவும் பின்தங்கியுள்ளதாக முறையிட்டனர். தங்கள் வகுப்பினருள் 1 சதவீத அளவுக்கும் குறைவானவர்களே உயர்நிலைப்பள்ளி இறுதி வகுப்பு வரை படித்திருப்பார்கள் என்றும், ஏழ்மையின் காரணமாகவும், சமுதாயத் தடையின் காரணமாகவும் உயர்கல்வி பெற முடியாமல் உள்ளனர் என்றும் எங்களிடம் கூறினர்.

எங்களுடைய சுற்றுப்பயணத்தின்போது தாங்கள் பட்டியல் வகுப்பினராக மதிக்கப்பட வேண்டும் என்று எல்லா ஊர்களிலும்

இவர்கள் கோரினர். இந்த ஆணையம் இதுகுறித்துப் பல மாநிலங்களின் அரசுகளுக்கு மடல்கள் எழுதியது. ஆணையத்துக்கு வரப்பெற்ற அம்மடல்கள் அசாம், உத்திரப்பிரதேசம், பீகார், மேற்கு வங்கம், ஒரிசா, கேரளா ஆகிய மாநிலங்களில் சலவையாளர்கள் பட்டியல் வகுப்பினராக நடத்தப்படுவதாகக் கூறுகின்றன. பிற மாநிலங்களில் இவ்வகுப்பினர் பிற்படுத்தப்பட்ட வகுப்பினராகவே நடத்தப்படுகின்றனர். இப்போது இவ்வகுப்பினரை பட்டியல் வகுப்பில் சேர்க்க வேண்டும் என்று மத்திய அரசுக்கு எழுத வேண்டும் என்பதில் சரியான காரணம் இருப்பதாகத் தெரியவில்லை. எவ்வாறிருப்பினும் இவர்கள் தமிழ்நாட்டில் மிகவும் பிற்படுத்தப்படட்ட வகுப்பினர் பட்டியலில் உள்ளனர். இவர்கள் பட்டியல் வகுப்பினருக்கு அளிக்கப்படும் வசதிகளும் சலுகைகளும் அளிக்கப்படுவதற்குத் தகுதியானவர்கள் ஆவர்.

இவ்வகுப்பினரின் சார்பாக முன்வைக்கப்பட்ட கோரிக்கைகளின் தொகுப்பு வருமாறு:

1. சலவைத் தொழிற்கூடம் அமைப்பதற்கு நாட்டுடைமையாக்கப்பட்ட வங்கிகளிடமிருந்து எளிய நிபந்தனைகளுடன் கடன் வழங்கப்பட வேண்டும்.

2. எல்லா ஊராட்சிகளும், நகராட்சிகளும் தண்ணீர் வசதியுடனும், துணிகளை உலர்த்துவதற்கான இடவசதியுடனும் சலவைத் துறைகளைக் கட்டிக்கொடுக்க வேண்டும்.

3. நகரங்களிலும் கிராமங்களிலும் குடியிருப்பதற்கு வீட்டுமனைகளை உரிமையாக்கிக் கொடுக்க வேண்டும். அதில் வீடுகட்டிக் கொள்வதற்கான வசதிகளையும் அளிக்க வேண்டும்.

4. சலவைக்குத் தேவையான உவர்மண் எடுப்பதற்குத் தடையும் எதிர்ப்பும் இல்லாத உரிமை வேண்டும். இதில் உள்ளாட்சிகள் தொந்தரவு செய்யக்கூடாது.

5. இவ்வகுப்பினர் மீதான சமுதாய ஒடுக்குமுறையைத் தடுத்திட 1955ஆம் ஆண்டில் தீண்டாமைக் குற்றங்களின் ஒழிப்புச் சட்டத்தினை இவ்வகுப்பினருக்காகவும் பயன்படுத்த வேண்டும்.

அரசு சலவைத்தொழில் நுட்பத்தில் பட்டயக்கல்வி வகுப்பினைத் தொடங்குவதற்கு மனம் கொண்டுள்ளது என்பது மகிழ்ச்சி யளிக்கிறது. இந்த ஆணையம் அச்செயலை முழுவதுமாக ஆதரிக்கிறது.

இவ்வகுப்பினரின் சேவைக்கு கிராமம், நகரம், பெருநகரம் ஆகிய நிலைகளில் நியாயமான கட்டணம் குறிக்கப்பட வேண்டும் என இவ்வகுப்பிலுள்ள விபரம் அறிந்த தலைவர்கள் கருத்துரைத்தனர். தரமான சலவைப்பெட்டியும், சலவைப்பலகையும், துணிகளை வெளுப்பதற்கான வெளுப்புத்தூள், பூச்சிக்கொல்லித் தூள், சொட்டு நீலம், கந்தக அமிலம் ஆகியவற்றையும் வழங்க வேண்டும் என்று இவர்கள் கேட்டுக்கொண்டனர். நோய் எளிதில் பரவக்கூடிய இத்தொழிலைச் செய்பவர்களுக்கு சமுதாயக் காப்புறுதித் திட்டம் வேண்டும் என்றும் சில ஊர்களில் கோரினர். பெருநகரங்களிலும் முக்கியமான நகரங்களிலும் கூட்டுறவு முறையில் மின் சலவைக்கூடங்கள் அமைக்கப்பட வேண்டும் என்றும் இவர்கள் கேட்டுக்கொண்டனர். இவர்கள் அனைவரும் ஒட்டுமொத்தமாகக் கோரியது என்னவெனில் அரசின் வேலை யிலும் கல்வி நிறுவனங்களின் சேர்க்கைகளிலும் தங்கள் வகுப்பினருக்கு விகிதாசாரப் பிரதிநிதித்துவம் வேண்டும் என்பதாகும்.

அரசியலைப் பொறுத்தவரையில் தங்கள் வகுப்பினர் சிதறுண்டு கிடப்பதால் தேர்தலில் தங்கள் வகுப்பினரை வேட்பாளராக நிறுத்த முடியவில்லை என்றும், சட்டமன்றத்துக்கும், மாநகராட்சி, நகராட்சி, ஊராட்சி ஆகிய அமைப்புகளில் தங்கள் வகுப்பினருக்குப் பிரதிநிதித்துவம் அளித்து உறுப்பினராக நியமிக்க வேண்டும் என்றும் இவர்கள் கேட்டுக்கொண்டனர்.

★

பின்இணைப்பு : 6

சட்டநாதன் குழு *(1970)* அறிக்கையின் புள்ளிவிவரம்:
வண்ணான் - *4,61,239*

வ.எண்	விவரம்	எண்ணிக்கை	மதிப்பெண்
1.	அ.கல்வியில் முன்னேற்றம் உயர்நிலைப் பள்ளி இறுதித் தேர்வு எழுதியவர்கள் (மார்ச் 1970)	835	835
2.	பொறியியல் பட்ட வகுப்புக்குத் தெரிவு செய்யப்பட்டவர்கள் (சூலை 1970)	1	1
3.	எல்லா மருத்துவக் கல்லூரிகளிலும் (வேலூர் சி.எம்.சி. தவிர) மருத்துவப் பட்டம் முதலாண்டு படிக்கிறவர்கள் (1969 - 70)	1	1
		மொத்தம்	835
4.	எல்லா மருத்துவக் கல்லூரிகளிலும் (வேலூர் சி.எம்.சி.தவிர) எல்லா ஆண்டுகளிலும் படிக்கிறவர்கள் (1969 - 70)	1	
	ஆ. வேலையில் முன்னேற்றம் (அரசிதழ்ப் பதிவு பெற்றவர் - பதிவு பெறாதவர்		

வ.எண்	விவரம்	எண்ணிக்கை	மதிப்பெண்
5.	தலைமைச் செயலகத்தில் பணியாற்றுபவர் 1+0	1	1
6.	36 துறைகளின் தலைமை அலுவலகங்களில் பணியாற்றுபவர் 131+2	133	360
7.	மாவட்ட ஆட்சியர் அலுவலகங்களில் பணியாற்றுபவர் (தஞ்சாவூர், திருநெல்வேலி தவிர) 18+1	19	51
8.	கல்லூரி ஆசிரியர் 4+0	4	32
		மொத்தம்	451
9.	இ.கல்வி/வேலை - விண்ணப்பித்தவர்கள் மருத்துவப் படிப்புக்கு விண்ணப்பித்தவர்கள் (1970)	10	
10.	பல் மருத்துவப் பட்டப் படிப்புக்கு விண்ணப்பித்தவர்கள் (1970)	1	
11.	மருந்துவப் பட்டப் படிப்புக்கு விண்ணப்பித்தவர்கள் (1970)	3	
12.	தமிழ்நாடு அரசுப் பணியாளர் தேர்வாணையத்துக்கு (தொகுதி -1) விண்ணப்பித்தவர்கள் 1965:1, 1966:4, 1967:1, 1968:1, 1969:1	8	
13.	தமிழ்நாடு அரசுப் பணியாளர் தேர்வாணையத்துக்கு (தொகுதி-2) விண்ணப்பித்தவர்கள் 1965:3, 1966:5, 1967:3, 1968:7, 1969:9	27	

பின்இணைப்பு : 7

அம்பாசங்கர் குழு (1985) அறிக்கையின் புள்ளி விவரம், வகுப்பின் பெயர் : வண்ணான்

வ.எண்	விவரம்	எண்ணிக்கை
1	பொறியியல் கல்லூரிகளில் சேர்ந்தவர்கள் (1980 - 81 81 - 82, 82 - 83 மூன்றாண்டுகளில் மொத்தம்)	3
2	மருத்துவக் கல்லூரிகளில் சேர்ந்தவர்கள் (1980 - 81, 81 - 82, 82 - 83 மூன்றாண்டுகளின் மொத்தம்) (பொதுப்போட்டி 0, இடஒதுக்கீடு 1)	1
3	சட்டக் கல்லூரிகளில் சேர்ந்தவர்கள் (1980 - 81, 81 - 82, 82 - 83 மூன்றாண்டுகளின் மொத்தம்)	3
4	கால்நடை, மருத்துவக் கல்லூரித் தெரிவு செய்யப்பட்டவர்கள் (1980 - 81, 81 - 82, 82 - 83 மூன்றாண்டுகளில் மொத்தம்)	0
5	அ) தொழிற்பயிற்சி நிலையத்துக்கு விண்ணப்பித்தவர்கள் (1980 - 81, 81 - 82, 82 - 83 மூன்றாண்டுகளின் மொத்தம்	186
	ஆ) தொழிற் பயிற்சி நிலையத்துக்குத் தெரிவு செய்யப்பட்டவர்கள் (1980 - 81, 81 - 82, 82 -83 மூன்றாண்டுகளின் மொத்தம்)	14
6	அ) பாலிடெக்னிக்குகளுக்கு விண்ணப்பித்தவர்கள் (1980 - 81, 81 - 82, 82 - 83 மூன்றாண்டுகளின் மொத்தம்)	51

வ.எண்	விவரம்	எண்ணிக்கை
	ஆ) பாலிடெக்னிக்குகளுக்குத் தெரிவு செய்யப்பட்டவர்கள் (1980 - 81, 81 - 82, 82 - 83 மூன்றாண்டுகளின் மொத்தம்)	1
7	அ) தமிழ்நாடு அரசுப் பணியாளர் தேர்வாணையத்துக்கு விண்ணப்பித்தவர்கள்	246
	ஆ) தமிழ்நாடு அரசுப் பணியாளர் தேர்வாணையத்தின் மூலம் தெரிவு செய்யப்பட்டவர்கள் (1980 - 81, 81 - 82, 82 - 83 மூன்றாண்டுகளின் மொத்தம்) (பொதுப் போட்டி 5, இ.ஒதுக்கீடு 79)	84
8.	கல்வி உதவித் தொகை பெற்றவர்கள் (1979 - 80, 80 - 81, 81 - 82, 82 - 83 நான்காண்டுகளின் மொத்தம்)	5576
9	பெற்ற கல்வி உதவித் தொகையின் மொத்தம் (1979 - 80, 80 - 81, 81 - 82, 82 - 83 நான்காண்டுகளின் மொத்தம்)	ரூபாய் 7,80,900

துணை நூற்பட்டியல்

அ) கட்டுரைகள் - நூல்கள் - தமிழ்

அருள்வளன், *(2004), துரும்பர் - மறைக்கப்பட்ட, மறுக்கப்பட்ட மனித வரலாறு:* துரும்பர் எழுச்சி மலர், 2004.

மனுவிஞ்ஞானேசுவரியம் என்னும் மிதாசாரத்தின் வழி நூல், (1960), உ.வே.சா. நூல் நிலையம் வெளியீடு.

எட்கர் தர்ஸ்டன், 2005, (மொழிபெயர்ப்பு:க.ரத்தினம்), **தென்னிந்தியக் குலங்களும் குடிகளும்,** தொகுதி-ஏழு.

கிருஷ்ணமாசார்யார்.அ., (2005), **கோவில் ஒழுகு,** தொகுதி-ஒன்று.

கோபாலகிருஷ்ணன், (2004), **ஆனந்தரங்கப்பிள்ளை வி.நாட் குறிப்பு.**

சிவசுப்பிரமணியன்.ஆ., (பதிப்பாசிரியர்), (2014) **தமிழக நாட்டுப்புறக் கதை களஞ்சியம்): தொகுதி 10.**

சிவசுப்பிரமணியன்.ஆ., (பதிப்பாசிரியர்), (2013), **பூச்சியம்மன் வில்லுப்பாட்டு.**

சௌரிராஜன், (1992), **பதார்த்த குணபாடம்.**

நிர்மலாதேவி, (பதிப்பாசிரியர்), (1996), **தடிவீரசாமி கதை.**

நிர்மலாதேவி, (பதிப்பாசிரியர்), (1998), **சின்னணைஞ்சான் கதைப்பாடல்.**

பக்தவச்சலபாரதி, *(1999)*, **பண்பாட்டு மானிடவியல்.**

மீனாமயில், *(2001)*, ஒதுக்கப்பட்டோரே ஒதுக்கும் புதிரை வண்ணார்கள், **தலித் முரசு,** மார்ச் *2001*, பக்.*12-15.*

யோவான் தேவசகாயம் (பதிப்பாசிரியர்), *1898*, **சவரிராய பிள்ளையவர்கள் சர்னலும் காகிதங்களும்** (முதல் புஸ்தகம்).

ரகுபதி & லெட்சுமணன், *2008*, சாதிச் சான்றுக்கு: குலத்தொழிலா? செய்யும் தொழிலா? **புதுவிசை,** ஜுலை-செப்டம்பர் *2008.*

ரகுபதி & லெட்சுமணன், *2013*, வண்ணார் பாட்டு, **காலச்சுவடு,** பிப்ரவரி-*2013.*

ரெங்கையா முருகன், *(2010)*, **அனுபவங்களின் நிழல் பாதை.**

ஸ்ரீலக்ஷ்மி.எம்.எஸ்., *(2009)*, **மிதிலைப்பட்டிக் கவிராயர்கள்** வாழ்வும் வாக்கும்.

ஜோதி ராணி, *(1996)*, **சடங்குப் பாடல்கள்**

மரக்காணம் பாலா, *(2007)*, தீட்டுத்துணி துவைக்கலேன்னா ஓடு ஊரைவிட்டு, **ஜூனியர் விகடன்** *26.12.2007.*

வேலாயுதன்.கா.சு., *2005*, இஸ்திரிப்பெட்டியில் தீண்டாமைத் தீ, **குமுதம் ரிப்போர்டர்**, *18.08.2005.*

ஆ. ஆங்கில நூல்கள்

Ferroli.D.S.J. 1951:**The Jesuits in Malabar,** Vol.2.

Hutton, (1969), **Caste in India.**

Krishnan.K.G.,(1981), A **forgotten deity,** *studies in South Indian History and Epigraphy.*

Tirumalai, (1994), **Karisulndamangalam,** *Collected Papers.*

கல்வெட்டுக்கள்

தெ.இ.க. தொகுதிகள்

ச.கிருஷ்ணமூர்த்தி, சிதம்பரம் வண்ணார்மடம் *2010* குறித்த இரு செப்பேடுகள், **கல்வெட்டுகள்**

Inscriptions (Texts) of The Pudukottai State (2002)

இராஜகோபால்.அ., (2008), பேரணிக் கல்வெட்டு, **ஆவணம்** எண்.10

கோவிந்தராசன்.சி., தெய்வநாயகம் சி.கோ., (1984), **கரந்தைச் செப்பேட்டுத்தொகுதி.**

ரமேஷ்.இரா., துக்கன்.வி., (2013), திருப்பத்தூர் பகுதியில் சில கல்வெட்டுக்கள், **ஆவணம்,** இதழ் 24, ஆண்டு 2013.

ஸ்ரீதர்.யூ, (பொதுப்பதிப்பாசிரியர்), (2011), **திருவந்தளூர் செப்பேடு.**

நாகசாமி, (1978), **திருத்துறைப்பூண்டி கல்வெட்டுக்கள்**

சுப்பராயலு (2002), தமிழ்க் கல்வெட்டு சொல்லகராதி.

குமரி மாவட்டத் தொல்லியல் கையேடு.

கையெழுத்துப்படிகள்

புலைமாடன் கதைப்பாடல் (முனைவர் அ.கா.பெருமாள் வழங்கியது).

தைரியநாதர் வீதி நாடகம் (பணி. பிரிட்டோ வின்செண்ட். சே.ச. வழங்கியது).

வண்ணான் பாட்டு (திரு.ரெங்கையா முருகன் வழங்கியது).

வண்ணான் பாட்டு, இடைச்சிப்பாட்டு, (திரு.ரெங்கையா முருகன் வழங்கியது).

★

வண்ணார் குறித்த காலனியவாதிகளின் பதிவுகள்

அழுக்கு மூடை சுமக்கும் வண்ணார்

துணி துவைக்கும் வண்ணார்

தேய்ப்புப் பெட்டியிடும் வண்ணார்
நன்றி: பேரா.முனைவர் கி.சங்கரன், மயிலாடுதுறை

திருக்குறிப்புத் தொண்டர்
நன்றி: தோழர் சுந்தா, காஞ்சிபுரம்

வண்ணாத்தி அம்மன் தேர்

வண்ணாத்தி அம்மன்
நன்றி: தோழர் த.ம.பிரகாஷ், திருவண்ணாமலை

காரிய மண்டபம்
நன்றி: தோழர் த.ம. பிரகாஷ், திருவண்ணாமலை

கழுதையின் மீதான மனிதப் புணர்ச்சி
(சின்னையன் பேட்டை, திருவண்ணாமலை மாவட்டம்)

அழுக்கு மூடை சுமக்கும் கழுதை
நன்றி: பேரா. முனைவர் கி. சங்கரன், மயிலாடுதுறை

கழுதைக் கூட்டம் (இராமேசுவரம்)
நன்றி: திரு. சி. ஆழ்வார்

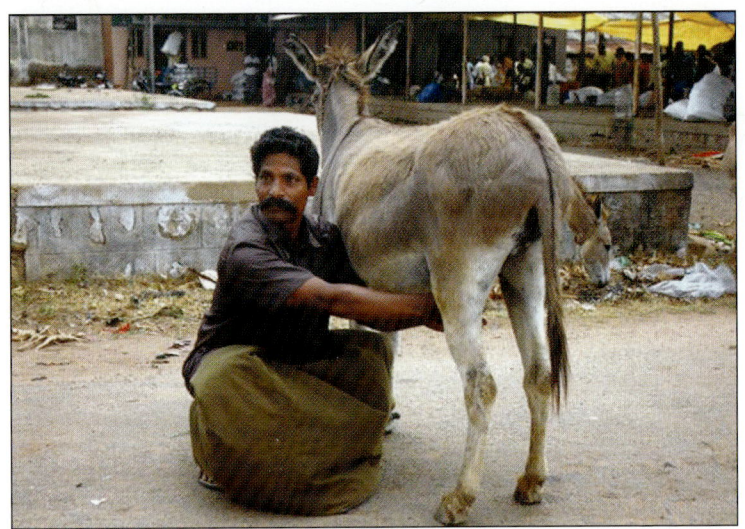

கழுதைப்பால் கறத்தல்

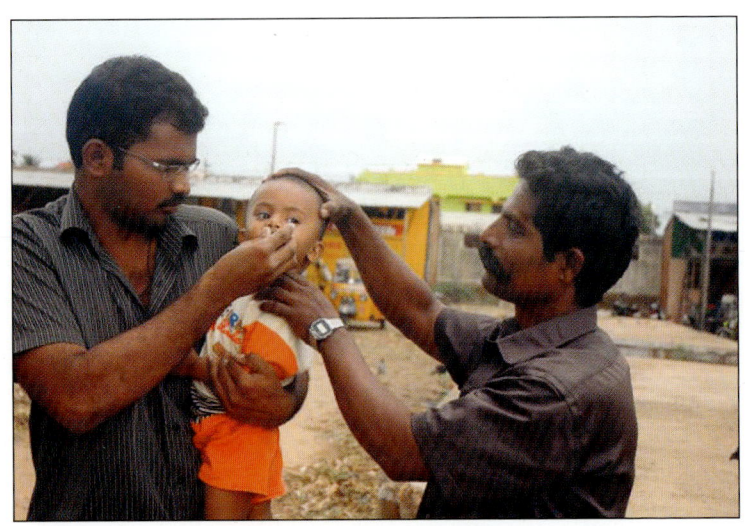

கழுதைப்பால் புகட்டுதல்
நன்றி: தொனி - புவனராசன், ஆண்டிப்பட்டி
கழுதையின் உரிமையாளர்: திரு. சங்கர்

ஜேஷ்டாதேவி
நன்றி: முனைவர் வே. வேதாச்சலம்

கைவிடப்பட்ட வெள்ளாவிப் பானை

நடமாடும் தேய்ப்பு வண்டி
நன்றி: பேரா. பீட்டர் ஆரோக்கிய ராஜ், பாளையங்கோட்டை